外籍勞工管理實務系列01

# 越南會話123
## 摩嗨巴

### 與越南女傭、監護工、新娘互動實用寶典

和家中外籍女傭不知如何溝通？

比手劃腳也看不懂？

身為僱主該如何與越傭暢所欲言？

如何正確教導越傭瞭解家中各種狀況？

越南話的「要用溫水給小孩洗澡」、

「幫我拿藥來」該怎麼說？

本書漢語拼音、中、越組成，教您正確語調

讓女傭一聽就懂、一說就會

搭配CD教學、反覆練習

讓主僱關係更加和諧、愉快

張隆裕◎編著

汎亞人力資源

# 目　錄

# 自 序

　　台灣近年來因為社會經濟的變遷，不僅雙薪家庭沒多餘時間來照料家事，單親家庭更沒人力與財力來應付繁重的家務。在此同時台灣的人口老化、生育率急速降低的結構性惡化，早使得本國籍的家庭幫傭無法滿足人力市場上對家庭幫傭的龐大需求，一直到政府引進外籍勞工後，才紓解了很多台灣家庭在這方面的難題。

　　這些外勞國家內就包括了越南，而越勞主要來台工作的多半是家庭幫傭的。為了讓越南女傭來台工作前就能有些基本的溝通能力，我們於越南設立了外勞來台工作的訓練中心，先行教導越南女傭在語言上及工作上都能有初步的技能，之後她們才可以正式到台灣來工作。但是縱使這些越南幫傭學完在越南的課程才來台工作，也還是會有些問題仍然存在。這些外籍勞工初次來到台灣最大的工作適應問題，仍然是語言溝通的困難。因為不管該勞工於其本國接受了多少的職前訓練，來到台灣後，仍然需要繼續加強其與台灣雇主間的語言溝通能力，這樣才能聽懂雇主的口音，雇主也才能向外傭傳達正確的工作指令。

　　基於這個考量，又加上我們在國外訓練中心的實務經驗，我們特別將對外籍幫傭有幫助的常用對話編纂成書，並且錄製成為語言教學碟片。除了提供外勞來熟悉台灣常用的華語及其拼音外，我們也提供出雇主可以利用的資料，在我們的這本書裡，是可以借用台灣國字來說出外勞國家的語言。

本書首先提供出外勞最常使用的漢語拼音資料，這種拼音方式是以該國外勞最方便學習的為準，這樣就可以讓外傭非常迅速的看到拼音就能發出台灣所說的國語。又因為這是外勞所熟悉的拼寫方式，也能讓外勞用筆記的方法記下寫下雇主的指令與工作任務等等。加上學習光碟的重複學習，很快就能使外傭可以達到聽說讀寫的一般程度。〔讀寫是指拼音而非漢字的讀寫〕。

同時，本書也提供雇主能接觸外傭的本國語言的便捷學習方法，因為雇主能多多少少聽懂些，說一些外勞所使用的語言，對勞僱關係是非常有好的。本書提供原始的外勞語文，加上聯想的國語漢字當成發音指標，能讓雇主輕輕鬆鬆的就能聽懂外勞所說的語言，也能說出讓外勞懂的話來。加上些例如越南國家的風土人情簡介，越南成語等補充資料的穿插，也能使得雇主對外傭國家的特殊風俗有所了解，而能減少與外勞之間的不必要的誤會與衝突。

　　我們的希望是藉由此書的出版，能解決雇主與外勞間的語言溝通障礙，也希望能加強幫傭與雇主間的勞僱關係，並且相信這樣能有效的提高勞工的工作效率。

## ● 本書特色

　　可以讓越南女傭加強聽與說台灣的國語，並可以讓雇主同時學會越語，首創以台灣國字後加註音調來更精準的發音。

　　越語因為有六種音調，類似台語、粵語般的，所以必須先分辨出此六種音調與只有四種音調的台灣國語的基本異同點，因為台灣國語與越與兩種語言中只有一兩個音調可以完全對應，其他的則是截然全新的音調。其次越語的韻母方面也比國語更複雜多變，用國語字去發越南音只是種權宜的方便，最好讀者還是能看懂越文字母唸出越音字母的各種發音才是我們最終的希望。

汎亞　國際勞務事業部　張隆裕

### 前言

# 聘僱外勞幫傭須知

- 就業安定費
- 全民健保費
- 健康檢查
- 代扣所得稅
- 外傭薪資
- 地址變動
- 外傭的管理

## 聘僱外勞幫傭須知

　　僱用外傭都是經由優良的仲介公司引進台灣，所以有關必要的文件與手續，負責任的仲介公司業務都會幫雇主處理完備，雇主只需要讓仲介公司清楚知道所需求的外傭條件為何即可，然後盡量與仲介公司合作愉快，外傭就能很快的來台灣為雇主服務的。

　　當外傭入境後，同樣有仲介公司會幫雇主處理大部分的事情，但還是有些重要的注意事項是雇主要特別留意的。

### ●就業安定費

　　台灣雇主於外傭入境之次日起，到外傭出境的前一日，應繳交就業安定費到勞委會的專戶。勞委會職訓局於外傭入境後，每年的１，４，７，１０月寄送就業安定費的繳款單。繳款後的收據要妥善保存，以備後用。

　　外傭若是連續三日曠職失去聯繫，或聘僱關係終止之情事，經雇主依法陳報而廢止聘僱許可後，雇主則可以不必再繳納此項安定費。

　　依就業服務法規定雇主若未依規定期限繳納就業安定費，又於三十日寬限期滿後仍未繳納的話，會被罰繳滯納金。若是加徵滯納金後三十日，雇主仍未繳納，則雇主會被移送法院強制執行，並廢止聘僱許可。

　　此項繳款義務人為雇主，也不能藉口未收到繳款單而不繳，事關滯納金罰款或是廢止許可，所以要請雇主必須牢記要定期繳納。萬一有收不到繳款單的情況，雇主應到郵局自行劃撥繳款，並且詳細填妥計費期間，雇主身分證字號，勞委會核准函文號日期，繳款人代號於空白郵政劃撥單上，雇主可以先行將包括收款人寄款人等該填的資料抄寫下來，也可以用上期繳款單收據來當參考。

## ● 全民健保費

雇主自外傭入境日開始，依規定要為其加保全民健康保險，直到勞傭契約終止時。雇主應將負擔的金額連同外傭應自行負擔的保險費，按照健保局每月所寄出的繳納單向金融機構繳納。

按期繳納健保費，可以使外傭無健康醫療的煩惱，能讓外傭全心全意的來做好工作。如未依規定繳納，也會有滯納金的產生。

## ● 健康檢查

雇主若未依規定安排外傭接受健康檢查，或未依規定將健康檢查結果函報給衛生主管機關，經衛生主管機關通知辦理仍未辦理的話，將會被立即廢止許可，並罰款。關於外傭的身體檢查，一般仲介公司都會幫忙雇主安排去醫院的，雇主只要事前與仲介公司的業務聯絡安排妥當，仲介也會幫忙後續的函報檢查結果給衛生機關的。

## ◉代扣所得稅

家庭類外勞（含家庭外籍監護工及外籍幫傭）之雇主，未經外勞同意，不得擅自代爲扣取所得稅款。而按照稅法規定計算所得稅額，外傭的薪水最後也可能繳不到稅，但是還是請雇主按外勞來台工作切結書中所同意的代扣所得稅條目，就按照勞工薪資明細表上的所得稅金額，每月代扣所得稅，並存放於外傭的帳戶內，等到每年度應申報所得稅期間或是外傭離境的時候，當作申報繳稅的根據。

## ◉外傭薪資

外傭來台工作就會有張詳細的薪資表，列明了各種應付應收的款項，雇主最好按照此張薪資明細來發放薪水，並且可以利用此薪資明細表來提醒些應辦理事項，例如體檢，例如就業安定費，健保費等等。凡是外傭有拿到錢的數額，都要女傭親自簽名，以免日後產生糾紛。

## ◉地址變動

外傭的工作地點必須向勞委會及警察機關報備，雇主若是搬移住所，一定要提出經勞委會許可指派所聘僱外勞變更工作場所的核備許可。雇主也應該與仲介公司保持聯繫，遇到其他有聯絡電話，通訊地址的異動，就要主動通知代辦的仲介公司。

## ◉外傭的管理

各種國家的外傭來台工作，都會有不同的事情發生。請雇主儘量保持與仲介公司的聯繫，多參考仲介公司所提供的建議，也要善加利用仲介公司的翻譯等各項服務，這樣子勞雇雙方就能合作愉快，相處融洽了。

# 簡介越南語

越南語是指通行於越南國的語言,此種語言為越南京族人使用了幾千年,可以說是個歷史悠久的語言。從語言學來分類的話,越南語是屬於多音調且單字單音的獨立語系,語言的音調類似廣東粵語的複雜,越南一開始並沒有自己的文字,其文字的書寫方式就多用漢字代替,直到越南國家強盛後便自行研究出有字音字義的喃文。此種喃文的書寫方式因為學習較為複雜困難,所以多半只有在知識份子與朝廷文書中使用,一般民間識字人士仍然用簡單的漢字來書寫的。而自從法國殖民越南後便開始改用西方傳教士百年來所研究出來的羅馬拼音方式書寫來取代原本的喃文,在西元 1910 年後,越南才真正全面推行以此種字母拼寫加註音調符號的【國語】。而這種拼音字母的標音文字目前也是越南國人日常生活中唯一公認通用的語言系統,但在市面上也有些基本的(一千字),(三千字)等等的簡易漢文課本,提供給有興趣學習漢文的越南人。

## ● 越南語言的音調

越南語言有比台灣國語更複雜的音調,若是忽略這個事實來學習越南話,那就好像只想拿國語的四聲聲調去勉強說出廣東話或是閩南話的那麼荒唐。我們在此先用圖片來說明越南語言中的六個音調是如何的樣子,希望各位讀者參照語言帶，配合圖片就能一目了然了。

| 音調編號 | 1 | 2 | 3 | 4 | 5 | 6 |
|---|---|---|---|---|---|---|
| 越南音調符號 | - | \ | / | ? | ~ | . |
| 單字例字 | ma | mà | má | mả | mã | mạ |
| 單字意義 | 魔 | 矇 | 臉 | 墓 | 馬 | 罵 |
| 字尾標音 | - | _ | / | ? | ~ | . |
| 漢字標音 | 嗎- | 嗎_ | 嗎/ | 嗎? | 嗎~ | 嗎. |

**(一)第一聲是中平音，類似台灣國語中的第一聲。**

　　如同台灣國語中注音符號的第一聲通常省略，越南的拼音文字也通常省略此音調符號。但在本書中用漢字去標音，為了避免讀者的混淆，容易將解釋的漢字與標音的漢字分不清楚，所以在此書中所有用來標音的漢字後面都附有字尾標音。其標音的例子如；嗎- 八- 搭- 他- 都是指此第一聲的。

**(二)第二聲是個長而低慢而降的音調**

　　第二聲在台灣國語中沒有類似的相對音調，此音與台灣的第四聲非常不同，所以我們將其字尾標音改成用【_】來表示此音的低緩，而不用越南語中原有的那個斜降符號以免與台灣國語中的第四聲相混淆。。

**(三)第三聲是由中音起升高到高音**

　　第三聲與台灣國語的第二聲類似，此漢字字尾標音則利用上斜線代替，詳細發音請多聽語言帶才能明白。

**（四）第四聲也是由中音起，先降再昇**

　　第四聲類似台灣國語中的第三聲，漢字字尾標音則沿用越南語中的問號代替。

**（五）第五聲由中音起後急速曲折變化，最高揚起到高 音結束**

　　此音短高，類似台灣國語中第三聲的快板高音，此音特殊漢字字尾標音則沿用越南語的符號。

**（六）第六聲爲低降又短促的輕音**

　　此音似台灣國語中的輕聲音與第四聲的結合，漢字尾符號我們也同樣用其原來的符號。

**● 越南語言的母音、子音**

　　因爲越南西方文字拼音起源於法國，因此發音方式非常不同於台灣常用的英美習慣，包括它的子音也是一樣的。若是有學過法語或是西班牙語的人則有可能早一點熟悉的。

母音：母音共有 12 個

| | |
|---|---|
| a 一 　Y | y 一 　一 |
| â 一 　さ | o 一 　ㄡ Y |
| ā 一 　YY | ô 一 　ㄡ |
| e 一 　せ Y | σ 一 　ㄦ |
| ê 一 　せ | u 一 　ㄨ |
| i 一 　一 | - 一 　一 ㄩ |

子音：子音有 17 個

| | | | |
|---|---|---|---|
| b 一 | ㄅ | n 一 | ㄋ |
| c 一 | ㄎ | p 一 | ㄆ |
| d 一 | ㄖ | q 一 | ㄍ |
| đ 一 | ㄉ | r 一 | ㄌ，ㄖ |
| g 一 | ㄐ | s 一 | ㄙ |
| h 一 | ㄏ | t 一 | ㄊ |
| k 一 | ㄎ | v 一 | ㄨㄟ |
| l 一 | ㄌ | x 一 | ㄒ |
| m 一 | ㄇ | | |

　　英文字的 F 原本沒有使用在正式的文件中，但是目前因爲些如咖啡等外來字的流行，市面上也慢慢可以看到用了 F 取代 P H 的各式招牌。

　　除了以上的單母音單子音外，還可細分出子音連接音，尾音，雙母音連接音，以及三母音連接音的。其中又以多母音連接音甚爲重要，請多加練習。

## ● 越南的地方口音

　　基本上，越南的地方口音可以分成三種，北越音，中越音，南越音。

　　中越音最爲難懂，不要說外國人學習越南話的聽不太懂，就連北越或是南越的越南人也無法馬上聽懂中部越南人的地方口音。

　　但是越南國家是指定以北越的口音為正式的越南國語的，也剛好來台灣工作的越南勞工，多半都是從北越來的，本書也是盡量以北越的越南話當成內容的。

　　南越的越南話與北越的越南話只有一點點的小差別，為了各位讀者的學習方便，在此我們列出簡單的南越北越口音的不同地方。

（一）越南字母中子音的 d ， g 在南越都是發音成為注音符號 （一） 的音，通常這個 g 字母後面常常接著母音 i.

（二）越南字母中子音的 d ， g 在北越都是發音成為注音符號 （ㄖ） 的音，尤其當越南拼音字的開頭為 d ， r ， gi 的話，北越音都一律發音成為 （ㄖ）的音的。

（三）字母 q 在南越發音成 （ㄨ） 的音，q 在北越則發音成為 （ㄍㄏ） 的音。

（四）南越通常將字尾為 t 的越南拼音字尾音發音成為 （ㄏㄎ）的尾音。

第 篇

# 日常生活問候、數字概念篇

- 第一課　問候用語
- 第二課　數字，數次

**1.**

# 第一課　問候用語

▶ 情境介紹：外傭第一天到雇主家的簡短會話

BÀI 1 CHÀO HỎI, X-NG HÔ

## 會話

### 女傭

| 中　　文: | 先生，您好！ |
| --- | --- |
| 漢語拼音: | Xian sheng , nín hǎo ! |
| 越　　文: | Chào ông ! |
| 越南發音: | 腳 _ 翁 - |
| 中　　文: | 太太，您好！ |
| 漢語拼音: | Tài tai, nín hǎo ! |
| 越　　文: | Chào bà ! |
| 越南發音: | 腳 _ 罷 _ |

### 雇主

| 中　　文: | 妳好，我們歡迎妳！ |
| --- | --- |
| 漢語拼音: | Nǐ hǎo ! Wǒ mem huan yíng nǐ ! |
| 越　　文: | Chào chị ! Chúng tôi hoan nghênh chị ! |
| 越南發音: | 腳 _ 幾 . ,窘 / 多 - 歡 - 應 - 幾 . |

### 女傭

| 中　　文: | 謝謝！ |
| --- | --- |
| 漢語拼音: | Xìe xie ! |
| 越　　文: | Cám ơn ! |
| 越南發音: | 乾 / 恩 - ！ |

18

**雇主**

中　　文: 妳叫什麼名字？

漢語拼音: Nǐ jiào shén me míng zì ?

越　　文: Chị tên là gì ?

越南發音: 幾.釘 - 拉 _ 記 _ ?

**女傭**

中　　文: 我叫阿水。

漢語拼音: Wǒ jiào A Shǔi .

越　　文: Tôi tên là A Thuỷ.

越南發音: 多 - 顛 - 拉 _ 啊 - 垂?

**雇主**

中　　文: 今年幾歲了？

漢語拼音: Jin nían jǐ sùi le ?

越　　文: Năm nay bao nhiêu tuổi ?

越南發音: 難 - 耐 - 包 - 妞 - 推?

**女傭**

中　　文: 三十。

漢語拼音: San shí .

越　　文: Ba m-ơi .

越南發音: 八 - 枚 -

**女傭**

中　　文: 請喝水。

漢語拼音: Qǐng he shǔi .

越　　文: Mời uống n-ớc .

越南發音: 沒 _ 文 / 如 /

### 女傭

中　　文: 謝謝！

漢語拼音: Xìe xie !

越　　文: Cám ơn !

越南發音: 甘 / 恩 -

### 雇主

中　　文: 這是妳的睡房，妳可以先休息，明天才開始工作。

漢語拼音: Zhè shì nǐ de shùi fáng , nǐ kě yǐ xian xiu xí , míng tian cái
kai shǐ gong zùo .

越　　文: Đây là phòng ngủ của chị , chị có thể nghỉ ngơi , ngày mai
mới bắt đầu làm việc .

越南發音: 得-拉 _ 放 _ 女?國?基.，機.隔/體?你?我，耐 _ 埋-磨 / 八 /
斗 _ 爛 _ 為.

### 女傭

中　　文: 謝謝！

漢語拼音: Xìe xie !

越　　文: Cám ơn !

越南發音: 甘 / 恩 -

### 雇主

| | |
|---|---|
| 中　　文: | 妳有什麼都可以問，不要客氣。 |
| 漢語拼音: | Nǐ yǒu shén me dou kě yǐ wèn , bù yào kè qì . |
| 越　　文: | Chị có vấn đề gì cứ hỏi , không cần khách sáo . |
| 越南發音: | 機.隔／煩／跌＿記＿孤／海？，空 - 互＿卡／燒／ |

### 女傭

| | |
|---|---|
| 中　　文: | 好的，謝謝！ |
| 漢語拼音: | Hǎo de , xiè xie ! |
| 越　　文: | Vâng , cám ơn ! |
| 越南發音: | 文 - ，甘／恩 - |

# 單字、片語

| | | | |
|---|---|---|---|
| 中　　文: | 您好。 | 中　　文: | 早安 |
| 漢語拼音: | Nín hǎo | 漢語拼音: | Zǎo an |
| 越　　文: | Xin chào ông | 越　　文: | Chào buổi sáng |
| 越南發音: | 新 - 焦＿翁 - | 越南發音: | 交＿頗？賞／ |
| 中　　文: | 午安 | 中　　文: | 晚安 |
| 漢語拼音: | Wǔ an | 漢語拼音: | Wǎn an |
| 越　　文: | Chào buổi tr-a | 越　　文: | Chào buổi tối |
| 越南發音: | 交＿頗？遮 - | 越南發音: | 交＿頗？頹／ |
| 中　　文: | 你好 | 中　　文: | 你們好 |
| 漢語拼音: | Nǐ hǎo | 漢語拼音: | Nǐ men hǎo |
| 越　　文: | Chào anh, (chị ,ông) | 越　　文: | Chào các bạn |
| 越南發音: | 交＿安 -,(姬.,翁 -) | 越南發音: | 交＿嘎／伴. |

中　　文: 請進
漢語拼音: Qǐng jìn
越　　文: Mời vào
越南發音: 昧 _ 包 _

中　　文: 請跟我走
漢語拼音: Qǐng gen wǒ zǒu
越　　文: Mời đi theo tôi
越南發音: 昧 _ 滴 - 滔 - 對 -

中　　文: 請坐
漢語拼音: Qǐng zuò
越　　文: Mời ngồi
越南發音: 昧 _ 挪 _

中　　文: 請吃飯
漢語拼音: Qǐng chi fàn
越　　文: Mời ăn cơm
越南發音: 昧 _ 安 - 跟 -

中　　文: 請喝水
漢語拼音: Qǐng he shǔi
越　　文: Mời uống n-ớc
越南發音: 昧 _ 文 / 奴 /

中　　文: 請喝茶
漢語拼音: Qǐng he chá
越　　文: Mời uống trà
越南發音: 昧 _ 文 / 假 _

中　　文: 不要客氣
漢語拼音: Bú ỳao kè qì
越　　文: Xin ửứng khaựch saựo
越南發音: 新 - 骨 / 特.咖 / 稍 /

中　　文: 再說一遍
漢語拼音: zài shuo yi bìan
越　　文: nhắc lại một lần nữa
越南發音: 挪 / 來.摸.連 _ 娜~

中　　文: 說慢一點
漢語拼音: shuo màn yi dǐan
越　　文: nói chậm một chút
越南發音: 挪 / 沾.摸.揪 /

中　　文: 您幫我一下
漢語拼音: nín bang wǒ ýi xìa
越　　文: làm ơn giúp tôi
越南發音: 爛 _ 恩 - 秋 / 推 -

中　　文: 大聲一點
漢語拼音: dà sheng yi dǐan
越　　文: nói to một chút
越南發音: 挪 / 都 - 摸.揪 /

中　　文: 等一下
漢語拼音: děng ýi xìa
越　　文: vui lòng chờ một
越南發音: chút

中　　文: 謝謝
漢語拼音: Xìe xie
越　　文: Cám ơn
越南發音: 甘 / 恩 -

中　　文: 沒關係
漢語拼音: Méi guan xì
越　　文: Không sao
越南發音: 空 - 燒 -

中　　文: 沒什麼
漢語拼音: Méi shén me
越　　文: Không có gì
越南發音: 空 - 隔 / 記 _

中　　文: 對不起
漢語拼音: Dùi bù qỉ
越　　文: Xin lỗi
越南發音: 新 - 羅 ~

中　　文: 請原諒
漢語拼音: Qỉng yúan lìang
越　　文: Xin thứ lỗi
越南發音: 新 - 禿 / 羅 ~

中　　文: 再見
漢語拼音: Zài jìan
越　　文: Chào tạm biệt
越南發音: 交 _ 單.比.

# 第二課　數字，數次

▶ 情境介紹：雇主與外傭話家常，學講日期

BÀI 2 SỐ ĐẾM, SỐ THỨ

## 會話
A: 年紀

### 雇主

| | |
|---|---|
| 中　　文: | 你今年多大了？ |
| 漢語拼音: | Nǐ jīn nián duo dà le ? |
| 越　　文: | Chị (cô, anh) năm nay bao nhiêu tuổi ? |
| 越南發音: | 機.(鉤－，安－) 難 - 耐 - 包 - 妞 - 推? |

### 女傭

| | |
|---|---|
| 中　　文: | 我今年三十歲。 |
| 漢語拼音: | Wǒ jīn nián san shí sùi . |
| 越　　文: | Tôi năm nay 30 tuổi |
| 越南發音: | 對 - 難 - 耐 - 八 - 沒 - 推? |

### 雇主

| | |
|---|---|
| 中　　文: | 你的孩子今年幾歲了？ |
| 漢語拼音: | Nǐ de hái zi jīn nián jǐ sùi le ? |
| 越　　文: | Con gái của chị năm nay bao nhiêu tuổi ? |
| 越南發音: | 工 - 改/國?機.難 - 耐 - 包 - 妞 - 推? |

### 女傭

| | |
|---|---|
| 中　　文: | 老大五歲了 |
| 漢語拼音: | Lǎo dà wǔ sùi le . |
| 越　　文: | Cháu lớn 5 tuổi . |
| 越南發音: | 州/輪/難 - 推? |

| 女傭 | |
|---|---|
| 中　　文: | 老二，三歲了 |
| 漢語拼音: | Lǎo èr san sùi le |
| 越　　文: | Cháu thứ hai là 3 tuổi . |
| 越南發音: | 州 / 特 / 海 - 辣 _ 八 - 推? |

| 雇主 | |
|---|---|
| 中　　文: | 妳父母身體好嗎？ |
| 漢語拼音: | Nǐ fù mǔ shen tǐ hǎo ma ? |
| 越　　文: | Bố mẹ của chị có khoẻ không ? |
| 越南發音: | 薄 / 媚.國?機.隔 / 奎?空 - |

| 女傭 | |
|---|---|
| 中　　文: | 謝謝你，我父母很好！ |
| 漢語拼音: | Xìe xie nǐ, wǒ fù mǔ hěn hǎo ! |
| 越　　文: | Cám ơn anh , bố mẹ tôi rất khoẻ ! |
| 越南發音: | 甘 / 恩 - 安 - , 薄 / 媚.對 - 惹 / 奎? |

| 雇主 | |
|---|---|
| 中　　文: | 妳父母多大年紀了？ |
| 漢語拼音: | Nǐ fù mǔ duo dà nían jì le ? |
| 越　　文: | Bố mẹ cô năm nay bao nhiêu tuổi ? |
| 越南發音: | 薄 / 媚.鉤 - 難 - 耐 - 包 - 妞 - 推? |

| 女傭 | |
|---|---|
| 中　　文: | 我父親五十九歲，我母親五十四歲。 |

漢語拼音：　Wǒ fù qin wǔ shí jǐu sùi , wǒ mǔ qin wǔ shí sì sùi .

越　　文：　Bố tôi 59 tuổi còn mẹ tôi 54 tuổi .

越南發音：　薄 / 對 - 難 - 媚 - 今 / 推?互 _ 媚.對 - 難 - 媚 - 本 / 推?

**雇主**

中　　文：　妳哥哥多大？

漢語拼音：　Nǐ ge ge duo dà ?

越　　文：　Anh trai của cô bao nhiêu tuổi ?

越南發音：　安 - 宅 - 國?鉤 - 包 - 妞 - 推?

**女傭**

中　　文：　三十三．

漢語拼音：　San shí san .

越　　文：　Ba m-ơi ba .

越南發音：　八 - 媚 - 八 -

# 會話　　　　　　　　　　B:日期與時間

**雇主**

中　　文：　這個月是幾月？

漢語拼音：　Zhè gè yùe shì jǐ yùe ?

越　　文：　Tháng này là tháng mấy ?

越南發音：　糖 / 耐 _ 辣 _ 糖 / 梅 /

**女傭**

中　　文：　這個月是四月。

漢語拼音：　Zhè gè yùe shì sì yùe .

漢語拼音:　Tháng này là tháng t-.

越　　文:　糖/耐_辣_糖/德-

**雇主**

中　　文:　今天是幾號？

漢語拼音:　Jin tian shì jǐ hào ?

越　　文:　Hôm nay là ngày mấy ?

越南發音:　轟-耐-辣_乃_梅/

**女傭**

中　　文:　今天是八號。

漢語拼音:　Jin tian shì ba hào,

越　　文:　Hôm nay là ngày mùng 8.

越南發音:　轟-耐-辣_乃_猛_談/

**雇十**

中　　文:　昨天是星期幾？

漢語拼音:　Zúo tian shì xing qí jǐ ?

越　　文:　Hôm qua là thứ mấy ?

越南發音:　轟-刮-辣_特/梅/

**女傭**

中　　文:　昨天是星期三。

漢語拼音:　Zúo tian shì xing qí san .

越　　文:　Hôm qua là thứ t- .

越南發音:　轟-刮-辣_特/德-

# 單字、片語

| 中　　文: 一 | 中　　文: 七 |
|---|---|
| 漢語拼音: Yi | 漢語拼音: Qi |
| 越　　文: Một | 越　　文: Bảy |
| 越南發音: 麼. | 越南發音: 北? |

| 中　　文: 二 | 中　　文: 八 |
|---|---|
| 漢語拼音: èr | 漢語拼音: Ba |
| 越　　文: Hai | 越　　文: Tám |
| 越南發音: 嗨- | 越南發音: 談 / |

| 中　　文: 三 | 中　　文: 九 |
|---|---|
| 漢語拼音: San | 漢語拼音: Jiu |
| 越　　文: Ba | 越　　文: Chín |
| 越南發音: 八- | 越南發音: 今 / |

| 中　　文: 四 | 中　　文: 十 |
|---|---|
| 漢語拼音: Sì | 漢語拼音: Shí |
| 越　　文: Bốn | 越　　文: M-ời |
| 越南發音: 本 / | 越南發音: 妹_ |

| 中　　文: 五 | 中　　文: 十一 |
|---|---|
| 漢語拼音: Wǔ | 漢語拼音: Shí yi |
| 越　　文: Năm | 越　　文: M-ời một |
| 越南發音: 腩- | 越南發音: 妹_磨. |

| 中　　文: 六 | 中　　文: 十二 |
|---|---|
| 漢語拼音: Lìu | 漢語拼音: Shí èr |
| 越　　文: Sáu | 越　　文: M-ời hai |
| 越南發音: 勺 / | 越南發音: 妹_嗨- |

| | | | | |
|---|---|---|---|---|
| 中　文: | 三十 | | 中　文: | 十萬 |
| 漢語拼音: | San shí | | 漢語拼音: | Shí wàn |
| 越　文: | Ba m-ơi | | 越　文: | Trăm ngàn |
| 越南發音: | 八 - 美 - | | 越南發音: | 間 - 唸 _ |
| 中　文: | 九十 | | 中　文: | 一百萬 |
| 漢語拼音: | Jǐu shí | | 漢語拼音: | Yi bǎi wàn |
| 越　文: | Chín m-ơi | | 越　文: | Một triệu |
| 越南發音: | 今 / 美 - | | 越南發音: | 摸. 就. |
| 中　文: | 一百 | | 中　文: | 十億 |
| 漢語拼音: | Yi bǎi | | 漢語拼音: | Shí yì |
| 越　文: | Một trăm | | 越　文: | Một tỷ |
| 越南發音: | 摸. 間 - | | 越南發音: | 摸. 底? |
| 中　文: | 一百零一 | | 中　文: | 第一 |
| 漢語拼音: | Yi bǎi líng yi | | 漢語拼音: | Dì yi |
| 越　文: | Một trăm lẻ một | | 越　文: | Thứ nhất |
| 越南發音: | 摸. 間 - 理? 摸. | | 越南發音: | 疼 / 鎳 / |
| 中　文: | 一千 | | 中　文: | 第二 |
| 漢語拼音: | Yi qian | | 漢語拼音: | Dì èr |
| 越　文: | Một ngàn | | 越　文: | Thứ nhì |
| 越南發音: | 摸. 唸 _ | | 越南發音: | 疼 / 你 _ |
| 中　文: | 一萬 | | 中　文: | 第三 |
| 漢語拼音: | Yi wàn | | 漢語拼音: | Dì san |
| 越　文: | M-ời ngàn | | 越　文: | Thứ ba |
| 越南發音: | 妹 _ 唸 _ | | 越南發音: | 疼 / 八 - |

| 中　文: | 歲 | 中　文: | 孩子 |
|---|---|---|---|
| 漢語拼音: | Sùi | 漢語拼音: | Hái zị |
| 越　文: | Tuổi | 越　文: | Con- |
| 越南發音: | 推? | 越南發音: | 工 |

| 中　文: | 年紀 | 中　文: | 哥哥 |
|---|---|---|---|
| 漢語拼音: | Nían jì | 漢語拼音: | Ge ge |
| 越　文: | Tuổi , tuổi tác | 越　文: | Anh trai |
| 越南發音: | 推?，推?她/ | 越南發音: | 安 - 宅 - |

| 中　文: | 歲數 | 中　文: | 姊姊 |
|---|---|---|---|
| 漢語拼音: | Sùi shù | 漢語拼音: | Jǐe jie |
| 越　文: | Tuổi , số tuổi | 越　文: | Chị gái |
| 越南發音: | 推，所/推? | 越南發音: | 機.該/ |

| 中　文: | 健康 | 中　文: | 老婆 |
|---|---|---|---|
| 漢語拼音: | Jìan kang | 漢語拼音: | Lǎo pó |
| 越　文: | Mạnh khoẻ | 越　文: | Vợ |
| 越南發音: | 慢，奎? | 越南發音: | 佛. |

| 中　文: | 長壽 | 中　文: | 老公 |
|---|---|---|---|
| 漢語拼音: | Cháng shòu | 漢語拼音: | Lǎo gong |
| 越　文: | Tr-ờng thọ (sống lâu ) | 越　文: | Chồng |
| | | 越南發音: | 中 _ |
| 越南發音: | 縱_吐.（松/老-） | | |

| 中　文: | 多少 | 中　文: | 一號 |
|---|---|---|---|
| 漢語拼音: | Duo shǎo ? | 漢語拼音: | Yi hào |
| 越　文: | Bao nhiêu ? | 越　文: | Mùng một |
| 越南發音: | 包 - 妞 - | 越南發音: | 夢_摸. |

| | | | | |
|---|---|---|---|---|
| 中　文: | 二號 | | 中　文: | 星期三 |
| 漢語拼音: | èr hào | | 漢語拼音: | Xing qí san |
| 越　　文: | Mùng hai | | 越　　文: | Thứ t- |
| 越南發音: | 夢＿海- | | 越南發音: | 特/的- |

| | | | | |
|---|---|---|---|---|
| 中　文: | 三號 | | 中　文: | 星期四 |
| 漢語拼音: | San hào | | 漢語拼音: | Xing qí sì |
| 越　　文: | Mùng ba | | 越　　文: | Thứ năm |
| 越南發音: | 夢＿八- | | 越南發音: | 特/難- |

| | | | | |
|---|---|---|---|---|
| 中　文: | 四號 | | 中　文: | 星期五 |
| 漢語拼音: | Sì hào | | 漢語拼音: | Xing qí wǔ |
| 越　　文: | Mùng bốn | | 越　　文: | Thứ sáu |
| 越南發音: | 夢＿本/ | | 越南發音: | 特/燒/ |

| | | | | |
|---|---|---|---|---|
| 中　文: | 五號 | | 中　文: | 星期六 |
| 漢語拼音: | Wǔ hào | | 漢語拼音: | Xing qí lìu |
| 越　　文: | Mùng năm | | 越　　文: | Thứ bảy |
| 越南發音: | 夢＿難- | | 越南發音: | 特/北? |

| | | | | |
|---|---|---|---|---|
| 中　文: | 星期一 | | 中　文: | 星期日 |
| 漢語拼音: | Xing qí yi | | 漢語拼音: | Xing qí rì |
| 越　　文: | Thứ hai | | 越　　文: | Chủ nhật |
| 越南發音: | 特/嗨- | | 越南發音: | 主?鎳. |

| | | | | |
|---|---|---|---|---|
| 中　文: | 星期二 | | 中　文: | 本月 |
| 漢語拼音: | Xing qí èr | | 漢語拼音: | Běn yùe |
| 越　　文: | Thứ ba | | 越　　文: | Tháng này |
| 越南發音: | 特/八- | | 越南發音: | 糖/耐＿ |

| | | | |
|---|---|---|---|
| 中　文： | 這個月 | 中　文： | 這個星期 |
| 漢語拼音： | Zhè gè yùe | 漢語拼音： | Zhè gè xing qí |
| 越　文： | Tháng này | 越　文： | Tuần này |
| 越南發音： | 糖／耐_ | 越南發音： | 噸_耐_ |

| | | | |
|---|---|---|---|
| 中　文： | 下個月 | 中　文： | 下個星期 |
| 漢語拼音： | Xìa gè yùe | 漢語拼音： | Xìa gè xing qí |
| 越　文： | Tháng sau | 越　文： | Tuần sau |
| 越南發音： | 糖／稍- | 越南發音： | 噸_稍- |

| | | | |
|---|---|---|---|
| 中　文： | 上個月 | 中　文： | 上個星期 |
| 漢語拼音： | Shàng gè yùe | 漢語拼音： | Shàng gè xing qí |
| 越　文： | Tháng tr-ớc | 越　文： | Tuần tr-ớc |
| 越南發音： | 糖／遮／ | 越南發音： | 噸_遮／ |

| | | | |
|---|---|---|---|
| 中　文： | 每個月 | 中　文： | 每個星期 |
| 漢語拼音： | Měi gè yùe | 漢語拼音： | Měi gè xing qí |
| 越　文： | Mỗi tháng | 越　文： | Mỗi tuần |
| 越南發音： | 美～糖／ | 越南發音： | 媚～噸_ |

| | | | |
|---|---|---|---|
| 中　文： | 星期 | 中　文： | 今天 |
| 漢語拼音： | Xing qí | 漢語拼音： | Jin tian |
| 越　文： | Tuần | 越　文： | Hôm nay |
| 越南發音： | 噸_ | 越南發音： | 轟-耐- |

| | | | |
|---|---|---|---|
| 中　文： | 本星期 | 中　文： | 昨天 |
| 漢語拼音： | Běn xing qí | 漢語拼音： | Zúo tian |
| 越　文： | Tuần này | 越　文： | Hôm qua |
| 越南發音： | 噸_耐_ | 越南發音： | 轟-刮- |

| | | | |
|---|---|---|---|
| 中　文: | 明天 | 中　文: | 十塊錢 |
| 漢語拼音: | Míng tian | 漢語拼音: | Shí kuài qián |
| 越　文: | Ngày mai | 越　文: | 10 đồng |
| 越南發音: | 乃_買- | 越南發音: | 妹_動_ |

| | | | |
|---|---|---|---|
| 中　文: | 前天 | 中　文: | 一百塊錢 |
| 漢語拼音: | Qián tian | 漢語拼音: | Yi bải kuài qián |
| 越　文: | Hôm kia | 越　文: | 100 đồng |
| 越南發音: | 轟-嘎- | 越南發音: | 摸.間-動_ |

| | | | |
|---|---|---|---|
| 中　文: | 一塊錢 | 中　文: | 一千塊錢 |
| 漢語拼音: | Yi kuài qián | 漢語拼音: | Yi qian kuài qián |
| 越　文: | Một đồng | 越　文: | 1000 đồng |
| 越南發音: | 摸.動_ | 越南發音: | 摸.耕_動_ |

| | | | |
|---|---|---|---|
| 中　文: | 五塊錢 | 中　文: | 一萬塊錢 |
| 漢語拼音: | Wǔ kuài qián | 漢語拼音: | Yi wàn kuài qián |
| 越　文: | 5 đồng | 越　文: | 10.000 đồng |
| 越南發音: | 難-動_ | 越南發音: | 妹_耕_動_ |

## 補充説明　　　　　　　A：星期説明

　　越南從法國殖民時期才開始引進星期的陽曆，並且以法國天主教的傳統，將一星期中最重要的日子當成主日，當成星期的第一天，所以台灣的星期一就是越南的星期二，越南的星期中最後一天是星期七，也就等於我們台灣的星期六。

## 補充説明　　　　　　　B：逗點説明

　　越南的金額數目逗點，剛好與我們常用的相反，越南的小數點是用句號，而表示金額的千位數點卻反而才是我們用的小數點號。

## 第二篇 一天工作表及烹飪用語篇 2.

# 第三課 工作表

▶情境介紹：雇主交代外傭每天例行的工作內容

BÀI 3 BẢNG CÔNG VIỆC

## 會話

### 女傭

中　文： 太太，我想知道我的工作範圍，好嗎？

漢語拼音 Tài tai,Wǒ xiǎng zhi dàu wǒ de gong zùo fàn wéi , hǎo ma ?

越　文： Th-a bà ,Tôi muốn biết phạm vi công việc của mình ,
　　　　 đ-ợc không ?

越南發音： 特 - 八 _ ，對 - 蒙 / 比 / 範.爲 - 工 - 威.國?命 _ ，的.空 -

### 雇主

中　文： 好，這是妳的工作表。

漢語拼音 Hǎo , zhè shì nǐ de gong zùo biǎo .

越　文： Đ-ợc , đây là bảng công việc của chị .

越南發音： 的.，得 - 辣 _ 板?工 / 威.國?機.

### 女傭

中　文： 太太，我想知道我的早飯，午飯，晚飯時間，可以嗎？

漢語拼音 Tài tai ,wǒ xiǎng zhi dào wǒ de zǎo fàn, wǔ fàn, wǎn fàn shí
　　　　 jian , kě yǐ ma ?

越　文： Th-a bà , tôi muốn biết thời gian bữa ăn sáng, bữa ăn tr-a.
　　　　 bữa cơm chiều, đ-ợc chứ ?

越南發音： 特 - 八 _ ，對 - 蒙 / 比 / 腿 _ 將 - 頗~安 - 賞 / ，頗~安 - 者 - ，
　　　　 頗~跟 - 九 _ ，的.竹 /

雇主

| 中　　文： | 早飯時間是七點半，午飯是中午十二點，晚飯是下午六點。 |
|---|---|

漢語拼音： Zǎo fàn shí jian shì qi diǎn bàn, wǔ fàn shì zhong wǔ shí èr diǎn,

越　　文： wǎn fàn shì xìa wǔ lìu diǎn.Thời gian bữa sáng là 7 giờ 30,tr-a là 12 giờ và chiều là 18 giờ.

越南發音： 腿 _ 將 - 頗 ~ 賞 / 辣 _ 北?者 _ 八 - 妹 - 福 / ，者 - 辣 _ 妹 - 嗨 - 者 _ 法 _ 九 _ 辣 _ 妹 - 談 / 者 _

女傭

中　　文： 起床時間呢？

漢語拼音： Qǐ chuáng shí jian ne ?

越　　文： Thời gian thức dậy thì sao ?

越南發音： 腿 _ 將 - 禿 / 宰.體 _ 稍 -

雇主

中　　文： 阿水，妳每天五點鐘要起床。

漢語拼音： A shǔi, nǐ měi tian wǔ diǎn zhong yào qǐ chuáng.

越　　文： Chị thuỷ, hàng ngày chị phải thức dậy 5 giờ.

越南發音： 機.垂?，行 _ 耐 _ 機.海?德 / 得.難 - 者 _

雇主

中　　文： 起床後，要先刷牙洗臉。

漢語拼音： Qǐ chuáng hòu , yào xian shua ýa xǐ liǎn.

越　　文： Sau khi ngủ dậy , tr-ớc tiên phải đánh răng rửa mặt .

越南發音： 稍 - 氣 - 女?得.，德 / 顛 / 海?但 / 嚷 - 老?嗎.

**女傭**

| 中　　文: | 是的，太太。 |
|---|---|
| 漢語拼音: | Shì de , tài tai . |
| 越　　文: | Vâng ạ ,Th-a bà . |
| 越南發音: | 問 - 啊. ，特 - 八 _ |

**雇主**

| 中　　文: | 吃完早餐後，開始洗衣服。 |
|---|---|
| 漢語拼音: | Chi wán zǎo can hòu , kai shǐ xǐ yi fú. |
| 越　　文: | Sau khi ăn sáng xong thì bắt đầu giặt quần áo . |
| 越南發音: | 稍 - 氣 - 安 - 賞 / 松 - 體 _ 八 / 斗?扎.滾 _ 熬 / |

**雇主**

| 中　　文: | 可以用洗衣機洗的先洗。 |
|---|---|
| 漢語拼音: | Kě yǐ yòng xǐ yi ji xǐ de xian xǐ . |
| 越　　文: | Những quần áo có thể giặt bằng máy thì giặt tr-ớc . |
| 越南發音: | 輪~滾 _ 熬 / 隔 / 鐵?扎.棒 _ 梅 / 體 _ 扎.德 / |

**雇主**

| 中　　文: | 衣服用手洗的下午再洗。 |
|---|---|
| 漢語拼音: | Yi fú yòng shǒu xǐ de xìa wǔ zài xǐ . |
| 越　　文: | Quần áo giặt bằng tay thì buổi chiều hãy giặt . |
| 越南發音: | 滾 _ 熬 / 扎.棒 _ 呆 - 體 _ 陪?九 _ 海~扎. |

**雇主**

| 中　　文: | 洗衣機開始轉動後，妳開始整理房間。 |
|---|---|
| 漢語拼音: | Xǐ yi ji kai shǐ zhuǎn dòng hòu, nǐ kai shǐ zhěng lǐ fáng |

jian .

越　　文：Sau khi máy giặt bắt đầu hoạt động , chị bắt đầu dọn dẹp các phòng.

越南發音：稍 - 氣 - 梅 / 扎.八 / 斗 _ 化.東 . , 機.八 / 斗 _ 中.折.軋 / 放 -

---

**雇主**

中　　文：先清理客廳，然後臥室，浴室，廚房及陽台。

漢語拼音：Xian qing lǐ kè ting , rán hòu wò shì , ỳu shì , chú fáng jí yáng tái.

越　　文：Tr-ớc tiên dọn dẹp phòng khách, sau đó phòng ngủ, phòng tắm, nhà bếp, và ban công.

越南發音：德 / 顛 - 中.折.放 _ 客 / , 稍 ▪ 多 / 放 _ 女?，放 _ 毯 / , 那 _ 被 / , 襪 _ 幫 - 工 -

---

**雇士**

中　　文：洗完衣服後，開始晾衣服。

漢語拼音：Xǐ wán yi fú hòu, kai shǐ liàng yi fú.

越　　文：Sau khi giặt quần áo xong, bắt đầu phơi quần áo .

越南發音：稍 - 氣 - 扎.滾 _ 熬 / 松 - , 八 / 斗 _ 否 - 滾 _ 熬 /

---

**女傭**

中　　文：是的，太太。

漢語拼音：Shì de, tài tai.

越　　文：Th-a bà, vâng ạ .

越南發音：特 - 八 _ , 問 - 啊.

第二篇　一天工作表及烹飪用語篇

---

**雇主**

| 中　　文: | 十一點多，開始準備午餐。 |
|---|---|
| 漢語拼音: | Shí yi diǎn duo , kai shǐ zhǔn bèi wǔ can. |
| 越　　文: | 11 giờ hơn bắt đầu chuẩn bị bữa tr-a . |
| 越南發音: | 妹 - 摸 - 者 _ 八 / 斗 _ 準? 逼. 頗 ~ 遮 - |

**雇主**

| 中　　文: | 煮好午餐，請阿公，阿嬤先吃飯。 |
|---|---|
| 漢語拼音: | Zhǔ hǎo wǔ can, qǐng a gong , a ma xian chi fàn. |
| 越　　文: | Nấu bữa tr-a xong, mời cụ ông, cụ bà ăn cơm tr-ớc. |
| 越南發音: | 奴 / 頗 ~ 遮 - 松 - ，昧 _ 孤. 翁 - ，孤. 八 _ 安 - 跟 - 中 / |

**雇主**

| 中　　文: | 吃完午飯，妳要收拾飯菜及洗碗筷。 |
|---|---|
| 漢語拼音: | Chi wán wǔ fàn, nǐ yào shou shí fàn cài jí xǐ wǎn kuài. |
| 越　　文: | Ăn cơm tr-a xong, phải thu dọn cơm , thức ăn và rửa bát đũa. |
| 越南發音: | 安 - 跟 - 遮 - 松 - ，海? 禿 - 收. 跟 - ，特 / 安 - 襪 _ 擾? 拔 / 讀 ~ |

**雇主**

| 中　　文: | 吃過午飯，洗完碗筷後，妳可以休息一下。 |
|---|---|
| 漢語拼音: | Chi guò wǔ fàn , xǐ wán wǎn kuài hòu, nǐ kě yǐ xiu xí yí xià. |
| 越　　文: | Ăn tr-a rôi, sau khi rửa bát đũa xong, chị có thể nghỉ ngơi một chút . |
| 越南發音: | 安 - 遮 - 肉 _ ，稍 - 氣 - 擾? 拔 / 讀 ~ 松 - ，機. 隔 / 鐵? 您? 喔 - 摸. 竹 / |

---

**雇主**

中　文: 大約一點半，再做其他清潔工作。

漢語拼音: Dà yue ỳi diản bàn, zài zùo qí ta qing jíe gong zùo.

越　文: Khoảng 1 giờ r-ỡi lại làm các công việc khác .

越南發音: 狂 - 摸.者 _ 瑞 ~ 拉.爛 _ 軋 / 工 - 威.隔 /

- - - - - - - - - - - - - - - - - - - - - - - - - -

**雇主**

中　文: 浴室清洗乾淨後，地板要擦乾。

漢語拼音: Yù shì qing xỉ gan jìng hòu, dì bản yào ca gan.

越　文: Sau khi rửa sạch phòng tắm, nền nhà phải lau khô.

越南發音: 稍 - 氣 - 擾?薩.放 _ 毯 / ，嫩 _ 那 _ 海?撈 - 喝 -

- - - - - - - - - - - - - - - - - - - - - - - - - -

**雇主**

中　文: 妳要輕輕的掃完地後，再用抹布擦地板。

漢語拼音: Nỉ yào qing qing de sảo wán dì hòu, zài yòng ma bù ca dì bản.

越　文: Sau khi nhẹ nhàng quét nền nhà xong, chị lau nền nhà bằng khăn lau.

越南發音: 稍 - 氣 - 捏.潭 _ 歸 / 嫩 _ 那 _ 松 - ，機.撈 - 嫩 _ 那 _ 棒 _ 砍 - 撈 -

- - - - - - - - - - - - - - - - - - - - - - - - - -

**雇主**

中　文: 地毯每天要用吸塵器清潔。

漢語拼音: Dì tản mẻi tian yào yòng xi chén qì qing jíe.

越　文: Thảm trải nền nhà hàng ngày phải làm sạch bằng máy hút bụi.

越南發音：　貪?仔?嫩＿那＿沆＿乃＿海?爛＿薩.棒＿梅／呼／不.

**雇主**

中　　文：　下午四點，要去學校接小孩回家。

漢語拼音：　Xìa wǔ sì diản , yào qù xúe xiào jie xiảo hái húi jia.

越　　文：　4giờ chiều, phải đi đến tr-ờng học đón bọn trẻ về nhà.

越南發音：　本／者＿九＿，海?低‐顛／種＿喝.東／繃.仔?位＿那＿

**雇主**

中　　文：　小孩回到家，要先洗澡。

漢語拼音：　Xiǎo hái húi dào jia, yào xian xǐ zảo.

越　　文：　Bọn trẻ về đến nhà, tr-ớc tiên phải tắm.

越南發音：　繃.仔?位＿那＿，遮／顛‐海?毯／

**雇主**

中　　文：　五點多，要把晾乾的衣服收回來。

漢語拼音：　Wǔ diản duo, yào bả liàng gan de yi fú shou húi lái.

越　　文：　5 giờ hơn, phải thu lại những quần áo đã phơi khô.

越南發音：　難‐者＿轟‐，海?禿‐來.濃~滾＿熬／搭~否‐喝‐

**雇主**

中　　文：　然後，妳可以開始準備晚餐。

漢語拼音：　Rán hòu, nỉ kẻ yǐ kai shỉ zhủn bèi wản can.

越　　文：　Sau đó , chị có thể bắt đâu chuẩn bị bữa tối.

越南發音：　稍‐多／，機隔／鐵?八／斗＿準?逼.頗~奪／

---

**雇主**

中　　文： 吃完飯，收拾碗盤後先把桌子擦乾淨。

漢語拼音： Chi wán fàn , shou shí wǎn pán hòu xian bǎ zhuo zị ca gan jìng.

越　　文： Ăn cơm xong, thu đọn bát đĩa, lau sạch bàn tr-ớc.

越南發音： 安 - 跟 - 松 - ，禿 - 東.拔 / 碟～，撈 - 薩.幫 _ 中 /

- - - - - - - - - - - - - - - - - - - - - - - - - - -

**雇主**

中　　文： 然後，就準備燙衣服。

漢語拼音： Rán hòu, jìu zhǔn bèi tàng yi fú.

越　　文： Sau đó, thì chuẩn bị là quần áo.

越南發音： 稍 - 多 / ，替 _ 準?逼.辣 _ 滾 _ 熬 /

- - - - - - - - - - - - - - - - - - - - - - - - - - -

**雇主**

中　　文： 如果沒有訪客，妳十點多就可以休息了。

漢語拼音： Rú gủo méi yỏu fảng kè, nỉ shí diản duo jìu kẻ yỉ xiu xí le.

越　　文： Nếu không có Khách 10 giờ hơn chị có thể nghỉ ngơi đ-ợc .

越南發音： 如 / 空 - 隔 / 卡 . ，妹 - 者 _ 轟 - 機.隔 / 鐵?您?喔 - 德 .

# 單字、片語

| | |
|---|---|
| 中　　文: 買菜 | 中　　文: 擦鞋 |
| 漢語拼音: Mải cài | 漢語拼音: Ca xíe |
| 越　　文: Mua thức ăn | 越　　文: Đánh giầy |
| 越南發音: 模 - 特 / 安 - | 越南發音: 但 / 崖 _ |
| 中　　文: 燙衣服 | 中　　文: 準備宵夜 |
| 漢語拼音: Tàng yi fú | 漢語拼音: Zhǔn bèi xiao yè |
| 越　　文: Là quần áo | 越　　文: Chuẩn bị điểm tâm |
| 越南發音: 辣 _ 滾 _ 熬 / | 　　　　　 tối khuya |
| | 越南發音: 準?逼. 點?膽 - 消 - |
| 中　　文: 接小孩 | 中　　文: 按摩 |
| 漢語拼音: Jie xiǎo hái | 漢語拼音: àn mó |
| 越　　文: Đón trẻ | 越　　文: Mát xoa |
| 越南發音: 斗 / 仔? | 越南發音: 麻 / 刷 - |

# 第四課 早上起床後

▶ 情境介紹：雇主交代外傭起床後的工作內容

## BÀI 4 BUỔI SÁNG SAU KHI THỨC DẬY

# 會話

### 雇主

| | |
|---|---|
| 中　文: | 起床後，妳要刷牙，洗澡，洗臉，梳頭，妳知道嗎？ |
| 漢語拼音: | Qǐ chuáng bòu , nǐ yào shua ýa , xǐ zǎo , xǐ liǎn , shu tóu , nǐ zhi dào ma ? |
| 越　文: | Sau khi thức dậy , chị phải đánh răng , tắm , rửa mặt , chải đầu , chị biết ch-a ? |
| 越南發音: | 稍-氣-圖/得.機海?單/讓-，毯/，擾?媽,，巧?逃_，機.比/螫- |

### 女傭

| | |
|---|---|
| 中　文: | 我知道。 |
| 漢語拼音: | Wǒ zhi dào. |
| 越　文: | Tôi biết rồi . |
| 越南發音: | 推-比/肉_ |

### 女傭

| | |
|---|---|
| 中　文: | 太太，我忘記帶毛巾來了， |
| 漢語拼音: | Tài tai , wǒ wàng jì đài máo jin lái le , |
| 越　文: | Th-a bà, tôi quên đem khăn bông đến, |
| 越南發音: | 特-八_，推-歸-店-砍-幫-燈/ |

**女傭**

中　　文: 請您幫我買好嗎？

漢語拼音: Qǐng nín bang wǒ mǎi hǎo ma？

越　　文: Bà mua giúp tôi đ-ợc chứ？

越南發音: 巴＿磨 - 就 / 推 - 德.竹 /

**雇主**

中　　文: 還缺什麼嗎？

漢語拼音: Hái que shén me ma？

越　　文: Còn thiếu thứ gì không？

越南發音: 互＿求 / 圖 / 記＿空 -

**女傭**

中　　文: 沒有了，謝謝。

漢語拼音: Méi yǒu le，xìe xie．

越　　文: Không，cám ơn．

越南發音: 空 -，甘 / 恩 -

**雇主**

中　　文: 阿水，早餐準備好了嗎？

漢語拼音: A shǔi，zǎo can zhǔn bèi hǎo le ma？

越　　文: Chị thủy，bữa sáng chị chuẩn bị xong ch-a？

越南發音: 機.垂?，頗~賞 / 機.準?.逼.松 - 螢 -

**女傭**

中　　文: 準備好了，太太。

漢語拼音: Zhǔn bèi hǎo le，Tài tai．

越　　文：Th-a bà, chuẩn bị xong rồi .
越南發音：特 - 八 _ ，準?逼.松 - 肉 _

**雇主**

中　　文：小孩子早上吃什麼？
漢語拼音：Xiǎo hái zị zǎo shàng chi shén me ?
越　　文：Buổi sáng bọn trẻ ăn gì ?
越南發音：陪 / 賞 / 繡.仔?安 - 記 _

**女傭**

中　　文：有牛奶，果汁，土司，麵包，煎蛋及香腸。
漢語拼音：Yǒu niǔ nǎi , gǔo zhi , tǔ si , miàn bạo , jian dàn jí xiang cháng.
越　　文：Có sữa , n-ớc hoa quả , khoai tây , bánh mì , trứng rán và lạp x-ởng.
越南發音：隔 / 睺 ~ ，奴 / 花 - 果?，嗨 - 台 - ，邊 / 密 _ ，種 / 然 / 襪 _臘.送? .

**雇主**

中　　文：阿水，阿公，阿嬤的稀飯準備好了嗎？
漢語拼音：A shǔi , a gong , a ma de xi fàn zhǔn bèi hǎo le ma ?
越　　文：Cháo của cụ ông , cụ bà đâu ?
越南發音：嚼 / 果?孤.翁 - ，孤.八 _ 兜 -

**女傭**

中　　文：稀飯煮好了。

漢語拼音：Xi fàn zhǔ hǎo le .

越　　文：Cháo nấu xong rồi ạ .

越南發音：嚼 / 奴 / 松 - 肉 _ 啊.

---

### 雇主

中　　文：有什麼菜呢？

漢語拼音：Yǒu shén me cài ne ?

越　　文：Có những món ăn gì thế ?

越南發音：隔 / 濃~蒙 / 安 - 記 _ 鐵 /

---

### 女傭

中　　文：有煎蛋，肉鬆，及醬瓜。

漢語拼音：Yǒu jian dàn, ròu song , jí jiàng gua .

越　　文：Có trứng rán , r-ớc , và d-a muối .

越南發音：隔 / 種 / 讓 / ，入 / ，襪 _ 草 - 美 /

---

### 雇主

中　　文：妳的早餐呢？麵包夠不夠？

漢語拼音：Ní de zǎo can ne ? miàn bao gòu bú gòu ?

越　　文：Thế bữa sáng của chị đâu ? bánh mì có đủ không ?

越南發音：鐵 / 頗~賞 / 果?機.兜 - ，邊?密 _ 隔 / 嘟?空 -

---

### 女傭

中　　文：麵包還夠

漢語拼音：Miàn bao hái gòu

越　　文：Bánh mì còn đủ ạ .

越南發音: 邊 / 密 _ 亙 _ 嘟?啊.

**雇主**

中　　文: 如果沒有麵包，妳也可以吃飯。
漢語拼音: Rú gǔo méi yǒu miàn bao , nǐ yě kě yǐ chi fàn .
越　　文: Nếu không có bánh mì, chị cũng có thể ăn cơm.
越南發音: 奴 / 空 - 隔 / 邊 / 密 _ ，機.工 ~ 隔 / 鐵?安 - 跟 -

**女傭**

中　　文: 謝謝，太太，我知道了。
漢語拼音: Xìe xie, Tài taì , wǒ zhi dào le .
越　　文: Cám ơn bà, tôi hiểu rồi .
越南發音: 甘 / 恩 - ，推 - 修?肉 _

**女傭**

中　　文: 太太，請問明天是煮早餐，還是買早餐？
漢語拼音: Tài tai, qǐng wèn míng tian shì zhǔ zǎo can , hái shì mǎi
　　　　　 zǎo can ?
越　　文: Th-a bà, ngày mai nấu điểm tâm hay mua điểm tâm ?
越南發音: 特 - 八 _ ，耐 _ 埋 - 奴 / 點?膽 - 海 - 磨 - 點?膽 -

**雇主**

中　　文: 買早點。
漢語拼音: Mǎi zǎo diǎn.
越　　文: Mua điểm tâm.
越南發音: 磨 - 點?膽 -

| 女傭 | |
|---|---|
| 中　　文: | 買什麼？ |
| 漢語拼音: | Mǎi shén me？ |
| 越　　文: | Mua món gì？ |
| 越南發音: | 磨 - 蒙 / 記 _ |

| 雇主 | |
|---|---|
| 中　　文: | 買豆漿，饅頭，油條，三明治，包子，麵包。 |
| 漢語拼音: | Mǎi dòu jiang , mán tóu, yóu tiáo, san míng zhì, bao zì, miàn bao. |
| 越　　文: | Mua sữa đậu nành, bánh bao không nhân, bánh quẩy , sanwish,bánh bao , bánh mì. |
| 越南發音: | 磨 - 賒～到.難 _ ，邊 / 包 - 空 - 能 - ，邊 / 拐?，三 - 威 - 機 - ，邊 / 包 - ，邊 / 密 _ |

| 女傭 | |
|---|---|
| 中　　文: | 還要買什麼？ |
| 漢語拼音: | Hái yào mǎi shén me？ |
| 越　　文: | Còn gì mua nữa không ạ？ |
| 越南發音: | 互 _ 記 _ 磨 - 挪～空 - 啊. |

| 雇主 | |
|---|---|
| 中　　文: | 沒有了，這是買早餐錢，要找錢回來。 |
| 漢語拼音: | Méi yǒu le .zhè shì mǎi zǎo can qián, yào zhǎo qián húi lái. |
| 越　　文: | Đủ rồi .đây là tiền mua điểm tâm, tiền thừa phải trả lại . |
| 越南發音: | 嘟?肉 _ ，辣 _ 店 _ 磨 - 點?膽 - ，店 _ 討 _ 海?揣?來. |

# 單字、片語

| | |
|---|---|
| 中　　文：刷牙 | 中　　文：洗臉 |
| 漢語拼音：Shua ýa | 漢語拼音：xǐ liǎn |
| 越　　文：đánh răng | 越　　文：rửa mặt |
| 越南發音：但 / 讓 - | 越南發音：擾?馬. |
| 中　　文：洗澡 | 中　　文：梳頭 |
| 漢語拼音：xǐ zǎo | 漢語拼音：shu tóu |
| 越　　文：tắm | 越　　文：chải đầu |
| 越南發音：毯 / | 越南發音：巧?逃 _ |
| 中　　文：牙刷 | 中　　文：牙膏 |
| 漢語拼音：ýa shua | 漢語拼音：ýa gao |
| 越　　文：bàn chải đánh răng | 越　　文：kem đánh răng |
| 越南發音：幫 _ 巧?單 / 讓 - | 越南發音：經 - 單 / 讓 - |
| 中　　文：肥皂 | 中　　文：肥皂盒 |
| 漢語拼音：féi zào | 漢語拼音：féi zào hé |
| 越　　文：xà phòng | 越　　文：hộp xà phòng |
| 越南發音：煞 _ 方 _ | 越南發音：盒.煞 _ 方 _ |
| 中　　文：臉盆 | 中　　文：毛巾 |
| 漢語拼音：liǎn pén | 漢語拼音：máo jin |
| 越　　文：chậu rửa mặt | 越　　文：khăn bông |
| 越南發音：交.擾?媽. | 越南發音：砍 - 繃 - |

## 第五課 午餐，午飯

▶ 情境介紹：雇主交代外傭午飯的工作內容

BÀI 5 BỮA TRƯA

## 會話

### 雇主

中　　文: 阿水，十一點要煮午飯！

漢語拼音: A shǔi , shí yi diǎn yào zhǔ wǔ fàn !

越　　文: Thuỷ ơi, 11 giờ phải nấu cơm tr-a !

越南發音: 垂?啊 - ，妹 - 摸 _ 者 _ 海?奴／跟 - 螫 -

### 雇主

中　　文: 今天午飯煮什麼菜？

漢語拼音: Jin tian wǔ fàn zhǔ shén me cài ?

越　　文: Bữa tr-a hôm nay nấu món gì đấy ?

越南發音: 頗～螫 - 轟 - 乃 - 奴／蒙／記 _ 呆／

### 女傭

中　　文: 今天午飯有煎魚，炒青菜，再加一道湯。

漢語拼音: Jin tian wǔ fàn yǒu jian yú , chǎo qing cài , zài jia yí dào tang.

越　　文: Bữa tr-a hôm nay có cá rán, rau xào , lại thêm một món canh nữa.

越南發音: 頗～螫 - 轟 - 乃 - 隔／軋／讓／，饒 - 哨 _ ，來.添 - 摸.蒙／乾 - 勒～

**雇主**

| | |
|---|---|
| 中　文: | 中午只有阿公,阿嬤跟妳在家裡吃。 |
| 漢語拼音: | Zhong wǔ zhǐ yǒu a gong , a ma gen nǐ zài jia lǐ chi. |
| 越　文: | Buổi tr-a chỉ có cụ ông, cụ bà và chị ăn cơm ở nhà . |
| 越南發音: | 陪?螯 - 只 - 隔/孤.翁 - ,孤.八_襪_機.安 - 跟 - 而?那_ |

**雇主**

| | |
|---|---|
| 中　文: | 吃完午飯,切水果給阿公,阿嬤吃。 |
| 漢語拼音: | Chi wán wǔ fàn , qie shǔi gǔo gěi a gong , a ma chi. |
| 越　文: | Ăn tr-a xong, gọt hoa quả cho cụ ông , cụ bà ăn. |
| 越南發音: | 安 - 螯 - 松 - ,割.花 - 寡?州 - 孤.翁 - ,孤.八_安 - |

**雇主**

| | |
|---|---|
| 中　文: | 下午四點多小孩回家後, |
| 漢語拼音: | Xìa wǔ sì diǎn duo xiǎo hái húi jia hòu, |
| 越　文: | Hơn 4giờ chiều sau khi trẻ về nhà, |
| 越南發音: | 轟 - 本/者_九_稍 - 氣 - 仔?位_那_ |

**雇主**

| | |
|---|---|
| 中　文: | 可以給他們吃點心。 |
| 漢語拼音: | kě yǐ gěi ta men chi diǎn xin. |
| 越　文: | có thể cho chúng ăn điểm tâm. |
| 越南發音: | 隔/鐵?州 - 眾/安 - 點?膽 - |

# 第六課　晚餐

▶ 情境介紹：雇主教導外傭做晚飯

**BÀI 6　BŨA CƠM CHIỀU**

## 會話

**雇主**

中　　文：阿水，妳會不會煮台灣菜？
漢語拼音：A shǔi , nǐ hùi bú hùi zhǔ Tái Wan cài ?
越　　文：Chị thuỷ , chị có biết nấu món ăn Đài Loan không ?
越南發音：機.垂?，機.隔 / 鐵?比 / 奴 / 蒙 / 安 - 呆 _ 彎 - 空 -

**女傭**

中　　文：我會一點點，太太。
漢語拼音：Wǒ hùi yì diǎn diǎn , Tài tai .
越　　文：Th-a bà , tôi biết một chút ít ạ .
越南發音：特 - 八 _ ，對 - 比 / 摸.竹 / 一 / 啊.

**雇主**

中　　文：妳會不會煎蛋？
漢語拼音：Nǐ hùi bú hùi jian dàn ?
越　　文：Chị có biết rán trứng không ?
越南發音：機.隔 / 鐵?讓 / 眾 / 空 -

**女傭**

中　　文：會的，我會煎蛋。
漢語拼音：Hùi de, wǒ hùi jian dàn .
越　　文：Biết ạ , tôi biết rán trứng .

越南發音:　嘎-比/啊.，對-比/讓_眾/

**雇主**

中　　文:　妳會不會炒空心菜？
漢語拼音:　Nǐ hùi bú hùi chǎo kong xin cài？
越　　文:　Chị có biết xào rau muống không？
越南發音:　機.隔/比/煞_繞-矇/空-

**女傭**

中　　文:　對不起，我不會炒空心菜。
漢語拼音:　Dùi bù qǐ, wǒ bú hùi chǎo kong xin cài.
越　　文:　Xin lỗi, tôi không biết xào rau muống.
越南發音:　新-羅~，對-空-比/煞_繞-矇/

**雇主**

中　　文:　來，我來教妳炒菜。
漢語拼音:　Lái, wǒ lái jiao nǐ chǎo cài.
越　　文:　Nào, để tôi dạy chị xào rau.
越南發音:　鬧_，迭?對-宰.機.煞_繞-

**女傭**

中　　文:　妳在旁邊看我煮。
漢語拼音:　Nǐ zài páng bian kàn wǒ zhǔ.
越　　文:　Chị ở bên cạnh xem tôi nấu.
越南發音:　機.而?邊-堪.星-對-奴/

---

**雇主**

中　　文：我來教你煮些台灣家常菜。

漢語拼音：Wǒ lái jiao nǐ zhǔ xie Tái Wan jia cháng cài.

越　　文：Toõi daùy chū naỏu moọt soỏ moọn ẹaứi Loan thửụứng aờn .

越南發音：對 - 宰.機奴 / 摸索 / 呆＿巒 - 唱＿安 -

**雇主**

中　　文：首先要把冰箱裡的魚跟肉拿出來退冰。

漢語拼音：Shǒu xian yào bǎ bing xiang lǐ de ýu gen ròu ná chú lái
　　　　　tùi bing.

越　　文：Tr-ớc tiên phải lấy cá và thịt trong tủ lạnh ra để cho nó
　　　　　bớt đông cứng.

越南發音：者 / 聽 - 海?來 / 軋 / 襪＿替.宗 - 忑?稜.差 - 迭?州 - 挪 / 婆
　　　　　/ 東 - 耕 /

**雇主**

中　　文：蔬菜要先泡在水裡二十分鐘，再用水沖洗。

漢語拼音：Shu cài yào xian pào zài shǔi lǐ èr shí fen zhong, zài yòng

越　　文：shǔi chong xǐ.

　　　　　Rau phải ngâm vào n-ớc 20 phút , rồi rửa lại .

越南發音：繞 - 海?乾 - 拋＿入 / 海 - 妹 - 福 / ，肉＿惹?來.

**雇主**

中　　文：這樣子才可以除掉農藥。

漢語拼音：Zhè yàng zị cái kẻ yǐ chú diào nóng yào.

越　　文：Nh- vậy mới có thể trừ bỏ hết thuốc sâu .

越南發音：　女-歪.梅/隔/鐵?重＿跛?黑/土/稍-

**雇主**

中　　文：　切菜的時候，大小要剛好。

漢語拼音：　Qie cài de shí hòu, dà xiǎo yào gang hǎo.

越　　文：　Khi thái thức ăn, dù to hay nhỏ phải thái cho vừa.

越南發音：　氣-台/偷/安-，住＿偷-嗨-河?海?台/州-風＿

**雇主**

中　　文：　一般是先煮肉，湯也可以先煮。

漢語拼音：　Yi ban shì xIan zhǔ ròu, tang yě kě yǐ xian zhǔ.

越　　文：　Thông th-ờng là luộc thịt tr-ớc, canh cũng có thể nấu
　　　　　　tr-ớc.

越南發音：　從-種＿辣＿路.替/從/，乾-工～隔/鐵?奴/從/

**雇主**

中　　文：　再來是煮魚或是煎魚，或是煮豆腐。

漢語拼音：　Zài lái shì zhǔ yú hùo shì jian yú, hùo shì zhǔ dòu fǔ.

越　　文：　Tiếp đến là luộc cá hoặc rán cá, hoặc là nấu
　　　　　　đậu phụ.

越南發音：　貼/顛/辣＿路.軋/賀/然/軋/，賀.辣＿路.豆.夫.

**雇主**

中　　文：　湯煮好後，用蓋子蓋住，以便保溫。

漢語拼音：　Tang zhǔ hǎo hòu , yòng gài zị gài zhù, yǐ biàn bǎo wen.

越　　文：　Khi nấu canh xong, lấy nắp đậy kín để giữ cho nóng.

越南發音：　氣-奴/乾-松-，雷/拿/呆.今/迭?就~州-濃/

**雇主**

中　　文：　肉，魚，青菜煮好後，要先用盤子蓋好。

漢語拼音：　Ròu , ýu, qing cài zhǔ hǎo hòu , yào xian yòng pán zị gài hǎo.

越　　文：　Sau khi nấu xong thịt , cá, rau, phải lấy đĩa đậy lại .

越南發音：　稍-氣-奴/松-替.，軋/，繞-/，海?雷/碟~呆.來.

**雇主**

中　　文：　飯煮好後，記得一定要關掉瓦斯爐及瓦斯開關。

漢語拼音：　Fàn zhǔ hǎo hòu, jì dé ýi dìng yào guan diào wả si lú jí wả si kai guan.

越　　文：　Sau khi nấu cơm xong, nhớ phải tắt bếp ga và đóng kín ga.

越南發音：　稍-氣-奴/跟-松-，河/海?她/瞥/嘎-襪_東/緊/嘎-

# 第七課　飯廳上

▶情境介紹：飯桌上的雇主外傭對話

BÀI 7 Ở PHÒNG ĂN

## 會話

**雇主**

| | |
|---|---|
| 中　文: | 開飯前，妳要先準備好每個人的碗筷。 |
| 漢語拼音: | Kai fàn qían nǐ yào xian zhǔn bèi hǎo měi ge rén de wǎn quài. |
| 越　文: | Tr-ớc khi ăn cơm chị phải chuẩn bị chén, đũa cho mọi ng-ời. |
| 越南發音: | 崇／氣－安－跟－機.海?準?逼.間／，奪～州－摸.內_ |

**雇主**

| | |
|---|---|
| 中　文: | 飯煮好後，先請雇主及家人來吃飯。 |
| 漢語拼音: | Fàn zhǔ hǎo hòu, xian qǐng gù zhǔ jí gia rén lái chi fàn. |
| 越　文: | Sau khi cơm nấu xong, hãy mời ông chủ và ng-ời nhà đến ăn tr-ớc. |
| 越南發音: | 稍－氣－跟－奴／松－，嗨～妹_翁－主?襪_內_那_顛／安－崇／ |

**雇主**

| | |
|---|---|
| 中　文: | 妳也可以用一個大盤子裝好妳的飯菜。 |
| 漢語拼音: | Nǐ yě kě yǐ yòng yí ge dà pán zị zhuang hǎo nǐ de fàn cài. |
| 越　文: | Chị có thể dùng cái đĩa to để đựng thức ăn của chị. |
| 越南發音: | 機.隔／鐵?用_給／碟～偷－迭?蹲.圖／安－果?機. |

**雇主**

| | |
|---|---|
| 中　文: | 幫我拿個碗來。 |
| 漢語拼音: | Bang wǒ ná ge wǎn lái. |
| 越　文: | Đem cho tôi một cái bát. |
| 越南發音: | 店 - 州 - 對 - 摸.給 / 拔 / |

**女傭**

| | |
|---|---|
| 中　文: | 太太，您要大碗還是小碗？ |
| 漢語拼音: | Tài tai , Nín yào dà wǎn hái shì xiǎo wǎn ? |
| 越　文: | Th-a bà , bà cần bát lớn hay bát nhỏ ? |
| 越南發音: | 特 - 八 _ ，八 _ 互 _ 拔 / 龍 / 嗨 - 拔 / 挪? |

**雇主**

| | |
|---|---|
| 中　文: | 幫我盛點飯來。 |
| 漢語拼音: | Bang wǒ shèng diǎn fàn lái. |
| 越　文: | Cho tôi chút cơm. |
| 越南發音: | 州 - 對 - 竹 / 跟 - |

**雇主**

| | |
|---|---|
| 中　文: | 不要太多，半碗就夠了。 |
| 漢語拼音: | Bú yào tài duo , Bàn wǎn jìu gòu le . |
| 越　文: | Đừng nhiều quá. Nửa bát đủ rồi. |
| 越南發音: | 東 _ 妞 _ 刮 / ，挪?拔 / 嘟?肉 _ |

**雇主**

| | |
|---|---|
| 中　文: | 還有湯嗎？ |

| | |
|---|---|
| 漢語拼音: | Hái yǒu tang ma ? |
| 越　文 : | Còn canh không ? |
| 越南發音: | 互 - 乾 - 空 - |

**雇主**

| | |
|---|---|
| 中　文: | 幫我打點湯來。 |
| 漢語拼音: | Bang wǒ dǎ diǎn tang lái. |
| 越　文 : | Múc cho tôi ít canh. |
| 越南發音: | 模 / 州 - 對 - 一 / 乾 - |

**雇主**

| | |
|---|---|
| 中　文: | 我吃飽了，妳可以收饗碗了。 |
| 漢語拼音: | Wǒ chi bǎo le. Nǐ kě yǐ shou cạn wǎn le . |
| 越　文 : | Tôi ăn no rồi . Chị có thể dọn chén bát . |
| 越南發音: | 對 - 安 - 攄 - 肉 _ ，機.隔 / 鐵?宗.間 / 拔 / |

# 單字、片語

| | | | | |
|---|---|---|---|---|
| 中　文: | 甜 | 中　文: | 很苦 |
| 漢語拼音: | Tián | 漢語拼音: | Hěn kǔ |
| 越　文 : | Ngọt | 越　文 : | Rất đắng |
| 越南發音: | 窩. | 越南發音: | 惹 / 當 / |

| | | | | |
|---|---|---|---|---|
| 中　文: | 酸 | 中　文: | 辣 |
| 漢語拼音: | Suan | 漢語拼音: | Là |
| 越　文 : | Chua | 越　文 : | Cay |
| 越南發音: | 交 - | 越南發音: | 該 - |

| 中　　文： | 淡 | 中　　文： | 鹹 |
|---|---|---|---|
| 漢語拼音： | Dàn | 漢語拼音： | Xián |
| 越　　文： | Nhạt | 越　　文： | Mặn |
| 越南發音： | 捏. | 越南發音： | 滿. |

| 中　　文： | 腥 | 中　　文： | 臭 |
|---|---|---|---|
| 漢語拼音： | Xing | 漢語拼音： | Chòu |
| 越　　文： | Tanh | 越　　文： | Hôi |
| 越南發音： | 貪 - | 越南發音： | 海 - |

| 中　　文： | 水 | 中　　文： | 米 |
|---|---|---|---|
| 漢語拼音： | Shǔi | 漢語拼音： | Mǐ |
| 越　　文： | N-ớc | 越　　文： | Gạo |
| 越南發音： | 奴 / | 越南發音： | 嚼. |

| 中　　文： | 乾 | 中　　文： | 爛 |
|---|---|---|---|
| 漢語拼音： | Gan | 漢語拼音： | Làn |
| 越　　文： | Khô | 越　　文： | Nát |
| 越南發音： | 喝 - | 越南發音： | 拿 / |

| 中　　文： | 稀飯 | 中　　文： | 電鍋 |
|---|---|---|---|
| 漢語拼音： | Xi fàn | 漢語拼音： | Diàn guo |
| 越　　文： | Cháo | 越　　文： | Nồi cơm điện |
| 越南發音： | 嚼 / | 越南發音： | 耨 _ 跟 - 電. |

| 中　　文： | 炒飯 | 中　　文： | 白飯 |
|---|---|---|---|
| 漢語拼音： | Chǎo fàn | 漢語拼音： | Bái fàn |
| 越　　文： | Cơm rang | 越　　文： | Cơm trắng |
| 越南發音： | 跟 - 嚷 - | 越南發音： | 跟 - 掌 / |

# 第八課 食物

▶ 情境介紹：交代外傭去買食物

BÀI 8 THỨC ĂN

## 會話

**雇主**

| 中　　文: | 阿水，妳去買兩公斤茄子回來 |
|---|---|
| 漢語拼音: | A shǐ , nǐ qù mǎi liǎng gong jin qíe zi húi lái |
| 越　　文: | Thủy ơi ,chị đi mua hai ký cà về đây . |
| 越南發音: | 垂?歐 - ，機.低 - 抹 - 嗨 - 給 / 咖 _ 回 _ 呆 - |

**女傭**

| 中　　文: | 多少錢一公斤？ |
|---|---|
| 漢語拼音: | Duo shǎo qián yì gong jin ? |
| 越　　文: | Bao nhiêu tiền một ký ? |
| 越南發音: | 包 - 鈕 - 電 _ 麼.給 / |

**雇主**

| 中　　文: | 大概五十塊錢一公斤. |
|---|---|
| 漢語拼音: | Dà gài wǔ shí kuài qián yì gong jin . |
| 越　　文: | Khoảng năm m-ơi đồng một ký . |
| 越南發音: | 狂?嗬 - 沒 - 動 _ 麼.給 / |

**女傭**

| 中　　文: | 如果六十塊錢一公斤，要買嗎？ |
|---|---|
| 漢語拼音: | Rú gǔo lìu shí kuài yì gong jin, Yào mǎi ma ? |
| 越　　文: | Nếu sáu m-ơi đồng một ký, có mua không ? |

越南發音: 沒 - 動 _ 麼.給 / ，革 / 抹 - 空 - ?

### 雇主

中　　文: 沒關係，再買一公斤瘦肉回來 .
漢語拼音: Méi guan xi , zài mǎi yì gong jin shòu ròu húi lái .
越　　文: Không sao, mua thêm một ký thịt nạc về đây.
越南發音: 空 - 勺 - ，抹 - 添 - 麼.給 / 體.拿.回 _ 呆 -

### 女傭

中　　文: 蝦沒有了.
漢語拼音: Xia méi yǒu le.
越　　文: Hết tôm rồi .
越南發音: 休 / 冬 - 肉 _

### 雇主

中　　文: 就買半公斤回來.
漢語拼音: Jìu mǎi bàn gong jin húi lái.
越　　文: Mua nửa ký về đây.
越南發音: 抹 - 娜?給 / 回 _ 呆 -

## 單字、片語　　　　　　　　　　　蔬菜類

中　　文: 馬鈴薯
漢語拼音: Mǎ líng shǔ
越　　文: Khoai tây
越南發音: 快 - 胎 -

中　　文: 芋頭
漢語拼音: Yù tóu
越　　文: Khoai môn
越南發音: 快 - 矇 -

| 中　文: | 小黃瓜 | 中　文: | 紅蘿蔔 |
| --- | --- | --- | --- |
| 漢語拼音: | Xiǎo huáng qua | 漢語拼音: | Hóng lúo bo |
| 越　文: | D-a chuột | 越　文: | Cà rốt |
| 越南發音: | 早 - 揪. | 越南發音: | 嘎＿柔／ |

| 中　文: | 包心菜 | 中　文: | 韭菜 |
| --- | --- | --- | --- |
| 漢語拼音: | Bao xin cài | 漢語拼音: | Jǐu càI |
| 越　文: | Bắp cải | 越　文: | Rau hẹ |
| 越南發音: | 八／給? | 越南發音: | 繞 - 哈. |

| 中　文: | 豆芽 | 中　文: | 茄子 |
| --- | --- | --- | --- |
| 漢語拼音: | Dòu ya | 漢語拼音: | Qíe zi |
| 越　文: | Giá | 越　文: | Cà |
| 越南發音: | 夾／ | 越南發音: | 嘎＿ |

| 中　文: | 竹筍 | 中　文: | 菠菜 |
| --- | --- | --- | --- |
| 漢語拼音: | Zhú sǔn | 漢語拼音: | Bo cài |
| 越　文: | Măng | 越　文: | Rau chân vịt |
| 越南發音: | 盲 - | 越南發音: | 繞 - 閒 - 為. |

| 中　文: | 鹹菜 | 中　文: | 南瓜 |
| --- | --- | --- | --- |
| 漢語拼音: | Xián cài | 漢語拼音: | Nán gua |
| 越　文: | Cải muối | 越　文: | Bí đỏ |
| 越南發音: | 改?霉／ | 越南發音: | 鼻／斗? |

| 中　文: | 蕃薯 | 中　文: | 黃瓜 |
| --- | --- | --- | --- |
| 漢語拼音: | Fan shǔ | 漢語拼音: | Huáng gua |
| 越　文: | Khoai lang | 越　文: | D-a chuột |
| 越南發音: | 歪 - 攔 - | 越南發音: | 走 - 揪 |

| 單字、片語 | 奶蛋豆魚肉類 |
|---|---|

| | | | |
|---|---|---|---|
| 中　文: | 豆干 | 中　文: | 豆腐 |
| 漢語拼音: | Dòu gan | 漢語拼音: | Dòu fǔ |
| 越　文: | Đậu khô | 越　文: | Đậu phụ |
| 越南發音: | 豆.喝 - | 越南發音: | 豆.夫. |
| 中　文: | 肉絲 | 中　文: | 雞肉 |
| 漢語拼音: | Ròu si | 漢語拼音: | Ji ròu |
| 越　文: | Thịt thái sợi | 越　文: | Thịt gà |
| 越南發音: | 替.台 / 縮. | 越南發音: | 替.尬_ |
| 中　文: | 雞蛋 | 中　文: | 豬肉 |
| 漢語拼音: | Ji dàn | 漢語拼音: | Zhu ròu |
| 越　文: | Trứng gà | 越　文: | Thịt lợn |
| 越南發音: | 從 / 尬_ | 越南發音: | 替.龍 |
| 中　文: | 絞肉 | 中　文: | 牛肉 |
| 漢語拼音: | Jiǎo ròu | 漢語拼音: | Níu ròu |
| 越　文: | Thịt xay | 越　文: | Thịt bò |
| 越南發音: | 替.塞 - | 越南發音: | 替.不_ |
| 中　文: | 魚 | 中　文: | 羊肉 |
| 漢語拼音: | Yú | 漢語拼音: | Yáng ròu |
| 越　文: | Cá | 越　文: | Thịt dê |
| 越南發音: | 軋 / | 越南發音: | 替.跌 - |
| 中　文: | 牛排 | | |
| 漢語拼音: | Níu pái | | |
| 越　文: | Bít tết | | |
| 越南發音: | 鼻 / 鐵 / | | |

## 單字、片語　　　　　　　調味料

| 中　　文: | 醬油 | 中　　文: | 沙拉油 |
|---|---|---|---|
| 漢語拼音: | Jiàng yóu | 漢語拼音: | Sha la yóu |
| 越　　文: | Xì dầu | 越　　文: | Dầu thực vật |
| 越南發音: | 係＿繞＿ | 越南發音: | 繞＿拖.娃. |

| 中　　文: | 胡椒 | 中　　文: | 黑醋 |
|---|---|---|---|
| 漢語拼音: | Hú jiao | 漢語拼音: | Hei cù |
| 越　　文: | Hạt tiêu | 越　　文: | Dấm đen |
| 越南發音: | 哈.丟- | 越南發音: | 咱/單- |

| 中　　文: | 白醋 | 中　　文: | 味精 |
|---|---|---|---|
| 漢語拼音: | Bái cù | 漢語拼音: | Wèi jing |
| 越　　文: | Dấm trắng | 越　　文: | Mì chính |
| 越南發音: | 咱/掌/ | 越南發音: | 密＿經/ |

| 中　　文: | 鹽 | 中　　文: | 麻油 |
|---|---|---|---|
| 漢語拼音: | Yán | 漢語拼音: | Má yóu |
| 越　　文: | Muối | 越　　文: | Dầu vừng |
| 越南發音: | 枚/ | 越南發音: | 造＿放＿ |

| 中　　文: | 麵粉 | 中　　文: | 糖 |
|---|---|---|---|
| 漢語拼音: | Miàn fěn | 漢語拼音: | Táng |
| 越　　文: | Bột mì | 越　　文: | Đ-ờng |
| 越南發音: | 步.密＿ | 越南發音: | 凍＿ |

## 單字、片語　　　　　　　　　　食物

| 中　文: | 魚翅 | 中　文: | 炒河粉 |
|---|---|---|---|
| 漢語拼音: | Yú chi | 漢語拼音: | Chảo hé fền |
| 越　文: | Vây cá | 越　文: | Phở xào |
| 越南發音: | 歪 - 軋 / | 越南發音: | 佛?少 _ |

| 中　文: | 燕窩 | 中　文: | 炒米粉 |
|---|---|---|---|
| 漢語拼音: | Yàn wo | 漢語拼音: | Chảo mỉ fền |
| 越　文: | Tổ yến | 越　文: | Bún gạo xào |
| 越南發音: | 豆?言 / | 越南發音: | 奔 / 交.少 _ |

| 中　文: | 餡餅 | 中　文: | 肉羹 |
|---|---|---|---|
| 漢語拼音: | Xiàn bỉng | 漢語拼音: | Ròu geng |
| 越　文: | Bánh có nhân | 越　文: | Súp thịt |
| 越南發音: | 邊 / 隔 / 旱 - | 越南發音: | 贖 / 替. |

| 中　文: | 燒餅 | 中　文: | 魷魚羹 |
|---|---|---|---|
| 漢語拼音: | Shao bỉng | 漢語拼音: | Yóu ýu geng |
| 越　文: | Bánh n-ớng | 越　文: | Súp mực |
| 越南發音: | 邊 / 弄 / | 越南發音: | 贖 / 墨. |

| 中　文: | 湯麵 | 中　文: | 米糕 |
|---|---|---|---|
| 漢語拼音: | Tang miàn | 漢語拼音: | Mỉ gảo |
| 越　文: | Mì có canh | 越　文: | Bánh gạo |
| 越南發音: | 密 _ 隔 / 甘 - | 越南發音: | 邊 / 交. |

| 中　文: | 沙拉 | 中　文: | 油飯 |
|---|---|---|---|
| 漢語拼音: | Sha la | 漢語拼音: | Yóu fàn |
| 越　文: | Sa lách | 越　文: | Cơm dâu |
| 越南發音: | 沙 - 拉 / | 越南發音: | 跟 - 造 _ |

# 單字、片語

食物

| | |
|---|---|
| 中　　文：餅乾 | 中　　文：可口可樂 |
| 漢語拼音：Bǐng gan | 漢語拼音：Kě kǒu kě lè |
| 越　　文：Bánh bích quy | 越　　文：Côca côla |
| 越南發音：邊 / 鼻 / 歸- | 越南發音：割 - 咖 - 割 - 拉 - |
| 中　　文：果凍 | 中　　文：咖啡 |
| 漢語拼音：Gǔo dòng | 漢語拼音：Ka fei |
| 越　　文：Thạch hoa quả | 越　　文：Cà phê |
| 越南發音：她.花 - 寡? | 越南發音：咖 _ 非 - |
| 中　　文：果汁 | 中　　文：鮮奶 |
| 漢語拼音：Gǔo zhi | 漢語拼音：Xian nǎl |
| 越　　文：N-ớc trái cây | 越　　文：Sữa t-ơi |
| 越南發音：奴 / 宅 / 該 - | 越南發音：蛇 ~ 推 - |
| 中　　文：檸檬汁 | 中　　文：綠豆湯 |
| 漢語拼音：Níng méng zhi | 漢語拼音：Lù dòu tang |
| 越　　文：N-ớc chanh | 越　　文：Chè đỗ xanh |
| 越南發音：奴 / 間 - | 越南發音：家 _ 兜 ~ 星 - |
| 中　　文：汽水 | 中　　文：礦泉水 |
| 漢語拼音：Qì shǔi | 漢語拼音：Kuàng quán shǔi |
| 越　　文：N-ớc ngọt | 越　　文：N-ớc khoáng |
| 越南發音：奴 / 窩. | 越南發音：奴 / 狂 / |

**第九課 喝咖啡，喝茶**

▶情境介紹：介紹喝咖啡與喝茶的簡易對話

BÀI 9 UỐNG CÀ PHÊ, UỐNG TRÀ

# 會話 　　　　　　　　A：喝咖啡

### 女傭

| | |
|---|---|
| 中　文: | 小姐，您要喝什麼？ |
| 漢語拼音: | Xiǎo jiě , nín yào he shén me ? |
| 越　文: | Th-a cô, cô muốn uống gì ? |
| 越南發音: | 特 - 割 - ，割 - 門 / 文 / 記_ |

### 雇主

| | |
|---|---|
| 中　文: | 給我一杯咖啡。 |
| 漢語拼音: | Gěi wǒ yì bei ka fei |
| 越　文: | Cho tôi một cốc cà phê. |
| 越南發音: | 州 - 對 - 摸.摳 / 咖_非 - |

### 女傭

| | |
|---|---|
| 中　文: | 請問您喝濃的還是淡的？ |
| 漢語拼音: | Qǐng wèn nín he nóng de hái shì dàn de ? |
| 越　文: | Xin hỏi cô uống cà phê đậm hay cà phê nhạt ? |
| 越南發音: | 新 - 海?割 - 文 / 咖_非 - 單.海 - 咖_非 - 鎳. |

### 女傭

| | |
|---|---|
| 中　文: | 加牛奶嗎？ |
| 漢語拼音: | Jia níu nǎi ma ? |
| 越　文: | Thêm sữa không ? |

越南發音：　添 - 蛇 ~ 空 -

---

| 雇主 |
| --- |

中　　文：　加一點點。

漢語拼音：　Jia yì diǎn diǎn .

越　　文：　Thêm một chút .

越南發音：　添 - 摸.竹 /

# 會話　　　　　　　　　　　　B：喝茶

| 雇主 |
| --- |

中　　文：　一杯熱茶。

漢語拼音：　Yì bei rè chá .

越　　文：　Một cốc trà nóng.

越南發音：　摸.摳 / 茶 _ 農 /

| 女傭 |
| --- |

中　　文：　要濃茶還是淡茶？

漢語拼音：　Yào nóng chá hái shì dàn chá ?

越　　文：　Trà đậm hay nhạt ?

越南發音：　茶 _ 單.海 - 鎳.

| 雇主 |
| --- |

中　　文：　淡茶。

漢語拼音：　Dàn chá.

越　　文：　Trà nhạt

越南發音：　茶 _ 鎳.

# 單字、片語

| | |
|---|---|
| 中　文: 喝茶 | 中　文: 咖啡 |
| 漢語拼音: He chá | 漢語拼音: Ka fei |
| 越　文: Uống trà | 越　文: Cà phê |
| 越南發音: 文 / 架 _ | 越南發音: 咖 _ 非 - |

| | |
|---|---|
| 中　文: 咖啡粉 | 中　文: 茶葉 |
| 漢語拼音: Ka fei fèn | 漢語拼音: Chá yè |
| 越　文: Bột cà phê | 越　文: Lá chè |
| 越南發音: 步.咖 _ 非 - | 越南發音: 拉 / 架 _ |

| | |
|---|---|
| 中　文: 茶壺 | 中　文: 杯 |
| 漢語拼音: Chá hú | 漢語拼音: Bei |
| 越　文: ấm trà | 越　文: Cốc |
| 越南發音: 暗 / 茶 _ | 越南發音: 摳. |

| | |
|---|---|
| 中　文: 牛奶 | 中　文: 泡茶 |
| 漢語拼音: Níu nǎi | 漢語拼音: Pào chá |
| 越　文: Sữa | 越　文: Pha trà |
| 越南發音: 蛇 ~ | 越南發音: 發 - 茶 _ |

| | |
|---|---|
| 中　文: 用餐 | 中　文: 喜不喜歡 |
| 漢語拼音: Yòng can | 漢語拼音: Xǐ bù xǐ huan |
| 越　文: ăn cơm | 越　文: Có thích không |
| 越南發音: 安 - 跟 - | 越南發音: 隔 / 踢 / 空 - |

| | |
|---|---|
| 中　文: 倒垃圾 | 中　文: 逛街 |
| 漢語拼音: Dào lè sè | 漢語拼音: Guàng jie |
| 越　文: Đổ rác | 越　文: Dạo phố |
| 越南發音: 斗?拉 / | 越南發音: 遭.佛 / |

# 第十課 水果

▶情境介紹：雇主交代外傭招待客人水果以及去買水果

BÀI 0 TRÁI CÂY

## 會話

**雇主**

| | |
|---|---|
| 中　　文: | 拿水果給客人吃。 |
| 漢語拼音: | Ná shǔi gǔo gěi kè rén chi. |
| 越　　文: | Lấy trái cây mời khách ăn . |
| 越南發音: | 雷 / 宅 / 給 - 妹 _ 喀 / 安 - |

**女傭**

| | |
|---|---|
| 中　　文: | 拿什麼 |
| 漢語拼音: | Ná shén me ? |
| 越　　文: | Lấy trái cây gì ? |
| 越南發音: | 雷 / 宅 / 給 - 記 _ |

**雇主**

| | |
|---|---|
| 中　　文: | 香蕉，蘋果。 |
| 漢語拼音: | Xiang jiao , píng gǔo . |
| 越　　文: | Chuối , táo . |
| 越南發音: | 窘 / ，逃 / |

**女傭**

| | |
|---|---|
| 中　　文: | 蘋果要不要削皮 ? |
| 漢語拼音: | Píng gǔo yào bú yào xiao pí ? |
| 越　　文: | Táo có phải gọt vỏ không ? |

越南發音：　逃/隔/海?割.否?空-

**雇主**

中　　文：　不用，洗乾淨就可以。還有水果嗎？
漢語拼音：　Bù yòng, xǐ gan jìng jìu kě yǐ. Hái yǒu shǔi gǔo ma？
越　　文：　Không cần, rửa sạch đ-ợc rồi . Còn trái cây không？
越南發音：　空-互_。繞~煞.德.肉_，跟_宅/給-空-

**雇主**

中　　文：　去看看冰箱有沒有？
漢語拼音：　Qù kàn kàn bing xiang yǒu méi yǒu？
越　　文：　Xem thử trong tủ lạnh có hay không？
越南發音：　星-惹?中-特?稜.隔/海-空-

**女傭**

中　　文：　還有一點芒果。
漢語拼音：　Hái yǒu yì diǎn máng gǔo .
越　　文：　Còn một ít xoài .
越南發音：　跟_摸.衣/摔_

**女傭**

中　　文：　要洗乾淨。
漢語拼音：　Yào xǐ gan jìn.
越　　文：　Phải rửa sạch.
越南發音：　海?繞?煞.

**女傭**

| 中　文: | 這些給妳吃。 |
| --- | --- |
| 漢語拼音: | Zhè xie gěi nǐ chi . |
| 越　文: | Cái này dành cho chị . |
| 越南發音: | 改 / 耐 _ 但 _ 州 - 機. |

**女傭**

| 中　文: | 謝謝。 |
| --- | --- |
| 漢語拼音: | Xìe xie. |
| 越　文: | Cám ơn . |
| 越南發音: | 甘 / 恩 - |

**雇主**

| 中　文: | 去買三公斤草莓回來。 |
| --- | --- |
| 漢語拼音: | Qù mǎi sạn gong jin cǎo méi húi lái . |
| 越　文: | Đi mua 3 ký trái dậu về . |
| 越南發音: | 低 - 磨 - 八 - 其 / 宅 / 遭 - 回 _ |

**女傭**

| 中　文: | 多少塊錢一公斤呢？ |
| --- | --- |
| 漢語拼音: | Duo shǎo kuài qián ỳi gong jin ne ? |
| 越　文: | Bao nhiêu một ký ? |
| 越南發音: | 包 - 妞 - 摸.其 / |

**雇主**

| 中　文: | 大概一百五十塊錢。 |
| --- | --- |
| 漢語拼音: | Dà gài ỳi bǎi wǔ shí kuài qián . |
| 越　文: | Khoảng 150 đồng . |

越南發音：狂?摸.間-難-妹-凍_

### 女傭

中　文：如果兩百塊錢一公斤要買嗎？
漢語拼音：Rú gǔo liǎng bǎi kuài qián yì gong jin yào mǎi ma ?
越　文：Nếu 200 đồng một ký có mua không ?
越南發音：牛/海-間-凍_摸.其/隔/磨-空-

### 雇主

中　文：太貴了，妳就不用買。
漢語拼音：Tài gùi le , nǐ jìu bú yòng mǎi .
越　文：Đắt quá, chị không cần mua .
越南發音：達/瓜/，機.空-互_磨-

### 雇主

中　文：妳看看，如果香蕉不貴就買一些回來。
漢語拼音：Nǐ kàn kàn, rú gǔo xiang jiao bú gùi jìu mǎi yì xie húi lái .
越　文：Chị xem thứ, nếu rẻ thì mua một ít chuối .
越南發音：機.星-特/，牛/喇?替_磨-摸.一/窘/

## 單字、片語

中　文：蘋果
漢語拼音：Píng gǔo
越　文：Táo
越南發音：逃/

中　文：香蕉
漢語拼音：Xiang jiao
越　文：Chuối
越南發音：窘/

| | |
|---|---|
| 中　　文: 葡萄 | 中　　文: 橘子 |
| 漢語拼音: Pú táo | 漢語拼音: Jú zị |
| 越　　文: Nho | 越　　文: Quýt |
| 越南發音: 河 - | 越南發音: 跪 / |
| 中　　文: 西瓜 | 中　　文: 草莓 |
| 漢語拼音: Xi gua | 漢語拼音: Cảo méi |
| 越　　文: D-ạ hấu | 越　　文: Trái dâu |
| 越南發音: 造 - 毫 / | 越南發音: 宅 / 遭 - |
| 中　　文: 桃子 | 中　　文: 木瓜 |
| 漢語拼音: Táo zị | 漢語拼音: Mù gua |
| 越　　文: Đào | 越　　文: Đu đủ |
| 越南發音: 桃 _ | 越南發音: 嘟 - 賭? |
| 中　　文: 芒果 | 中　　文: 鳳梨 |
| 漢語拼音: Máng gua | 漢語拼音: Fèng lí |
| 越　　文: Xoài | 越　　文: Dứa |
| 越南發音: 摔 _ | 越南發音: 造 / |
| 中　　文: 椰子 | 中　　文: 芭樂 |
| 漢語拼音: Yé zị | 漢語拼音: Ba lè |
| 越　　文: Dừa | 越　　文: ổi |
| 越南發音: 造 _ | 越南發音: 嗯? 衣 - |
| 中　　文: 削皮 | 中　　文: 水蜜桃 |
| 漢語拼音: Xiao pí | 漢語拼音: Shủi mì táo |
| 越　　文: Gọt vỏ | 越　　文: Quả đào mật |
| 越南發音: 割. 否? | 越南發音: 瓜? 刀 _ 嬤. |

第二篇
## 家事、清掃工作用語篇

## 第十一課　客廳

▶ 情境介紹：家裡客廳裡的簡易對話以及外傭招呼客人

BÀI 11 PHÒNG KHÁCH

| 會話 | 會話 A |
|---|---|

### 雇主

| 中　　文: | 把電視機的聲音關小一點。 |
|---|---|
| 漢語拼音: | Bǎ diàn shì ji de sheng yin guan xiǎo yì diǎn . |
| 越　　文: | Vặn âm thanh ti vi nhỏ một chút . |
| 越南發音: | 萬.暗 - 貪 - 踢 - 爲 - 喝?摸.竹 / |

### 女傭

| 中　　文: | 這樣可以嗎？ |
|---|---|
| 漢語拼音: | Zhè yàng kě yǐ ma ? |
| 越　　文: | Nh- thế đ-ợc ch-a ? |
| 越南發音: | 女 - 鐵 / 德.遮 - |

### 雇主

| 中　　文: | 再小聲一點。 |
|---|---|
| 漢語拼音: | Zài xiǎo sheng yì diǎn . |
| 越　　文: | Nhỏ thêm một chút. |
| 越南發音: | 喝?添 _ 摸.竹 / |

### 雇主

| 中　　文: | 幫我按第三台。 |
|---|---|
| 漢語拼音: | Bang wǒ àn dì san tái . |

| | |
|---|---|
| 越　　文: | Bấm đài số 3 cho tôi . |
| 越南發音: | 棒 / 帶 _ 贖 / 八 - 州 - 對 - |

**女傭**

| | |
|---|---|
| 中　　文: | 這個頻道嗎？ |
| 漢語拼音: | Zhè gè píng dào ma ? |
| 越　　文: | Kênh này phải không ? |
| 越南發音: | 今 - 耐 _ 海?空 - |

# 會話　　　　　　　　　　　　　會話 B

**女傭**

| | |
|---|---|
| 中　　文: | 請問，您找誰？ |
| 漢語拼音: | Qǐng wèn , nín zhǎo shú ? |
| 越　　文: | Xin hỏi ông tìm ai ? |
| 越南發音: | 新 - 海?，翁 - 聽 _ 哀 - |

**客人**

| | |
|---|---|
| 中　　文: | 陳先生在家嗎？ |
| 漢語拼音: | Chén xian sheng zài jia ma ? |
| 越　　文: | Ông Trần có ở nhà không ? |
| 越南發音: | 翁 - 陣 _ 隔 / 兒?那 _ 空 - |

**女傭**

| | |
|---|---|
| 中　　文: | 請問，您貴姓大名？ |
| 漢語拼音: | Qǐng wèn , nín gùi xìng dà míng ? |
| 越　　文: | Xin hỏi , quý danh của ngài là gì ? |

中　　文：新 - 海?，貴 / 單 - 國?奈 _ 拉 _ 記 _

**客人**

中　　文：我姓王，我是陳先生的同事。
漢語拼音：Wǒ xìng Wáng , wǒ shì Chén xian sheng de tóng shì .
越　　文：Tôi họ V-ơng , tôi là đồng nghiệp của ông Trần.
越南發音：對 - 呵.王 - ，對 - 拉 _ 凍 _ 膩.果?翁 - 陣 _

**女傭**

中　　文：請您等一下。
漢語拼音：Qǐng nín děng yí xià.
越　　文：Xin vui lòng chờ một chút.
越南發音：新 - 為 - 弄 _ 遮 _ 摸.竹 /

**女傭**

中　　文：先生，外面有位王先生找您。
漢語拼音：Xian sheng , wài miàn yǒu wèi Wáng xian sheng zhǎo nín.
越　　文：Th-a ông, bên ngoài có ông V-ơng tìm ông.
越南發音：特 - 翁 - ，邊 - 外 _ 隔 / 翁 - 王 - 聽 _ 翁 -

**雇主**

中　　文：趕快開門請他進來。
漢語拼音：Gǎn kuài kai mén qǐng ta jìn lái .
越　　文：Hãy mau ra mở cửa mời ông ấy vào .
越南發音：海 ~ 毛 - 殺 - 抹?果?妹 _ 翁 - 捱 / 包 _

**女傭**

中　　文： 王先生請進。請穿拖鞋。

漢語拼音： Wáng xian sheng , qǐng jìn. Qǐng chuan tuo xíe.

越　　文： Ông V-ơng, mời ông vào nhà, mời ông đi dép .

越南發音： 翁 - 王 - ，妹 _ 翁 - 包 _ 那 _ ，妹 _ 翁 - 低 - 鞋 /

**雇主**

中　　文： 王兄，請坐。

漢語拼音： Wáng xiong, qǐng zùo.

越　　文： Anh V-ơng , mời ngồi .

越南發音： 安 - 王 - ，妹 _ 挪 _ 一 -

**女傭**

中　　文： 王先生，您想喝茶還是喝咖啡？

漢語拼音： Wáng xian sheng, nín xiǎng he chá hái shì he ka fei ?

越　　文： Ông muốn uống trà hay là cà phê ?

越南發音： 翁 - 蒙 / 文 / 茶 _ 嗨 - 辣 _ 咖 _ 非 -

**客人**

中　　文： 隨便，咖啡或是茶都可以。

漢語拼音： Súi biàn, ka fei hùo shì chá dou kě yǐ .

越　　文： Thế nào cũng đ-ợc , cà phê hoặc trà đều đ-ợc .

越南發音： 貼 / 鬧 _ 拱 ~ 德 . 咖 _ 非 - 哈.茶 _ 偷 _ 德 .

**雇主**

中　　文： 阿水，那就來兩杯咖啡好了。

漢語拼音： A Shǔi , nà jìu lái liǎng bei ka fei hǎo le .

第三篇　家事、清掃工作用語篇

中　文： Chị thuỷ, vậy thì hãy cho 2 cốc cà phê.

漢語拼音： 機.垂?，爲.替_嗨~州-海-摳/咖_非-

**女傭**

中　文： 先生，咖啡來了。還需要什麼嗎？

漢語拼音： Xian sheng , ka fei lái le. Hái xu yào shen me ma ?

越　文： Th-a ông, cà phê đây ạ . Ông còn cần gì nữa không ?

越南發音： 特-翁-，咖_非-呆-啊.，翁-共_互_記_惹~空-

**雇主**

中　文： 沒有了，謝謝妳。

漢語拼音： Méi yǒu le, xiè xie nỉ .

越　文： Không , cám ơn chị.

越南發音： 空-，甘/恩-機.

**雇主**

中　文： 阿水，這位是我的朋友，李先生。

漢語拼音： A shủi . Zhè wèi shì wǒ de péng yǒu, Lỉ xian sheng.

越　文： Chị Thuỷ. Vị này là ông Lý , bạn của tôi .

越南發音： 機.垂?，微-奈_辣_翁-厘/，伴.果?對-

**女傭**

中　文： 李先生，您好。

漢語拼音： Lỉ xian sheng, nín hǎo.

越　文： Xin chào ông Lý.

越南發音： 新-較_翁-厘/

**女傭**

| 中　　文: | 先生，您請坐。我去泡茶好嗎？ |
|---|---|
| 漢語拼音: | Xian sheng , nín qǐng zùo. Wǒ qù pào chá hǎo ma ? |
| 越　　文: | Mời ông ngồi. Tôi đi pha trà đ-ợc không ? |
| 越南發音: | 妹 _ 翁 - 挪 _ 一，對 - 低 - 發 - 茶 _ 德.空 - |

**雇主**

| 中　　文: | 好的，快一點喔。 |
|---|---|
| 漢語拼音: | Hǎo de, kuài yì diǎn wo . |
| 越　　文: | Đ-ợc , nhanh lên một chút đấy. |
| 越南發音: | 德.，寧 - 稜 - 摸.竹 / 呆 / |

**女傭**

| 中　　文: | 茶來了，請兩位慢用。 |
|---|---|
| 漢語拼音: | Chá lái le , qǐng liǎng wèi màn yòng. |
| 越　　文: | Trà đây ạ. Mời hai ông dùng trà. |
| 越南發音: | 茶 - 呆 - 啊.，妹 _ 海 - 翁 - 用 _ 茶 _ |

**雇主**

| 中　　文: | 阿水，太太回來了嗎？ |
|---|---|
| 漢語拼音: | A shǔi,  Tài tai húi lái le ma ? |
| 越　　文: | Chị thuỷ , bà đã về ch-a ? |
| 越南發音: | 機.垂?，八 _ 打 ~ 回 _ 遮 - |

**女傭**

| 中　　文: | 還沒，請問先生要用晚餐嗎？ |
|---|---|

中　　文:　Hái méi . Qǐng wèn xian sheng yào yòng wǎn can ma ?
漢語拼音:　Vẫn ch-a ạ. Xin hỏi ông có cần dùng bữa tối không ?
越　　文:　萬～遮-啊.，新-海?翁-隔/互_用_頗～頭/空-

> **雇主**

中　　文:　不用了，我們在外面吃過了。
漢語拼音:　Bú yòng le , wǒ men zài wài miàn chi gùo le .
越　　文:　Không cần, chúng tôi đã ăn ở bên ngoài rồi .
越南發音:　空-互_，眾/對-打～安-耳?邊-外_肉_

> **客人**

中　　文:　對不起，陳先生，我該走了。
漢語拼音:　Dùi bù qǐ, Chén xian sheng , wǒ gai zǒu le .
越　　文:　Xin lỗi , ông Trần , tôi phải đi rồi .
越南發音:　新-羅～，翁-陣_，對-海?低-肉_

> **雇主**

中　　文:　再見，請慢走。
漢語拼音:　Zài jiàn , qǐng màn zǒu.
越　　文:　Tạm biệt , xin hãy đi cẩn thận .
越南發音:　貪.逼.，新-海～低-互?吞.

> **雇主**

中　　文:　阿水，小孩已經睡覺了嗎？
漢語拼音:　A Shǔi , xiǎo hái yǐ jing shùi jiào le ma ?

越　　文： Chị thuỷ, bọn trẻ đã đi ngủ ch-a ?

越南發音： 機.垂?，繃.仔?打～低 - 女?遮 -

### 女傭

中　　文： 已經睡了。先生，我可以去休息了嗎？

漢語拼音： Yỉ jing shùi le. Xian sheng , wỏ kẻ yỉ qù xiu xí le ma ?

越　　文： Đã ngủ rồi ạ.  Th-a ông, tôi có thể đi nghỉ đ-ợc ch-a ạ ?

越南發音： 打～女?肉 _ 啊.，特 - 翁 - 對 - 隔 / 鐵?低 - 你?德遮 - 啊.

### 雇主

中　　文： 妳可以休息了，記得明天早上五點鐘起床。

漢語拼音： Nỉ kẻ yỉ xiu xí le. Jì dé míng tian zảo shàng wủ diẳn zhong
　　　　　 qỉ chuáng .

越　　文： Chị có thể nghỉ đ-ợc rồi . Nhớ 5 giờ sáng ngày mai phải đậy
　　　　　 đấy.

越南發音： 機.隔 / 您?德.肉 _ ，河 / 難 - 耆 _ 賞 / 乃 _ 埋 - 海?呆.呆 /

# 單字、片語

| | |
|---|---|
| 中　　文： 地毯 | 中　　文： 靠墊 |
| 漢語拼音： Dì tản | 漢語拼音： Kào diàn |
| 越　　文： Thảm | 越　　文： Gối đệm l-ng |
| 越南發音： 毯? | 越南發音： 格 / 單.輪 - |
| 中　　文： 沙發 | 中　　文： 桌子 |
| 漢語拼音： Sha fa | 漢語拼音： Zhuo zị |
| 越　　文： Sa lông | 越　　文： Bàn |
| 越南發音： 煞 - 弄 - | 越南發音： 板 _ |

# 單字、片語

| | |
|---|---|
| 中　　文：椅子 | 中　　文：掛帽架 |
| 漢語拼音：Yǐ zi | 漢語拼音：Gùa mào jìa |
| 越　　文：Ghế | 越　　文：Giá treo mũ |
| 越南發音：給 / | 越南發音：夾 / 早 - 模 ~ |

| | |
|---|---|
| 中　　文：桌布 | 中　　文：電視機 |
| 漢語拼音：Zhuo bù | 漢語拼音：Diàn shì ji |
| 越　　文：Khăn trải bàn | 越　　文：Ti vi |
| 越南發音：砍 - 宅 / 板 _ | 越南發音：踢 - 爲 - |

| | |
|---|---|
| 中　　文：花 | 中　　文：煙灰缸 |
| 漢語拼音：Hua | 漢語拼音：Yan hui gang |
| 越　　文：Hoa | 越　　文：Gạt tàn thuốc lá |
| 越南發音：花 - | 越南發音：嘎.趙 _ 圖 / 臘 / |

| | |
|---|---|
| 中　　文：書櫃 | 中　　文：冰箱 |
| 漢語拼音：Shu gùi | 漢語拼音：Bing xiang |
| 越　　文：Tủ sách | 越　　文：Tủ lạnh |
| 越南發音：特?煞 / | 越南發音：特?稜. |

| | |
|---|---|
| 中　　文：餐具櫃 | 中　　文：報紙 |
| 漢語拼音：Can jù gùi | 漢語拼音：Bào zhǐ |
| 越　　文：Tủ bếp | 越　　文：Báo chí |
| 越南發音：特?背 / | 越南發音：保 / 機 / |

| | |
|---|---|
| 中　　文：窗簾 | 中　　文：筆 |
| 漢語拼音：Chuang lián | 漢語拼音：Bǐ |
| 越　　文：Rèm cửa sổ | 越　　文：Bút |
| 越南發音：爛 _ 國?手? | 越南發音：ÔÊ / |

中　　文: 日曆
漢語拼音: Rì lì
越　　文: Lịch
越南發音: 歷.

中　　文: 漫畫書
漢語拼音: Màn hùa shu
越　　文: Truyện tranh
越南發音: 傳.贊 -

中　　文: 畫冊
漢語拼音: Hùa cè
越　　文: Vuỷ taọp veừ .
越南發音: 否 ~ 它.毀 ~

中　　文: 卡通片
漢語拼音: Kả tong piàn
越　　文: Phim hoạt hình
越南發音: 分 - 畫.橫 _

中　　文: 連環畫
漢語拼音: Lián huán hùa
越　　文: Truyện tranh
越南發音: 傳.贊 -

# 第十二課　睡房

▶ 情境介紹：雇主交代外傭清掃房間的守則

BÀI 12　PHÒNG NGỦ

## 會話

**雇主**

中　　文：房間裡的東西，妳整理完後，都要放回原處。

漢語拼音：Fáng jian lǐ de dong xi , Nǐ zhěng lǐ wán hòu, dou yào fàng húi yúan chù.

越　　文：Sau khi chị dọn dẹp xong, đồ vật trong phòng phải để nguyên chỗ cũ.

越南發音：稍 - 氣 - 機.咚.賊.松 - ，度_挖.重 - 放_海?碟?寧 - 招~孤~

**女傭**

中　　文：我記住了。

漢語拼音：Wǒ jì zhù le .

越　　文：Toõi nhụụ rối .

越南發音：挪 / 肉_

**女傭**

中　　文：太太，床單，枕頭套，多久要洗一次？

漢語拼音：Tài tai, chuáng dan , zhěn tóu tào , duo jǐu yào xǐ yì cì ?

越　　文：Th-a bà, khăn trải gi-ờng , áo gối, bao lâu giặt một lần ?

越南發音：特 - 八_，砍 - 宅?眾_ , 熬 / 鉤 / 一，包 - 撈 - 炸.摸.論_

**雇主**

中　　文：　一個星期洗一次。
漢語拼音：　Yì gè xing qí xǐ yì cì .
越　　文：　Một tuần giặt một lần.
越南發音：　摸.頓＿炸.摸.論＿

**女傭**

中　　文：　窗簾呢？
漢語拼音：　Chuang lián ne ?
越　　文：　Rèm cửa sổ thì sao ?
越南發音：　爛＿果?手?替＿稍-

**雇主**

中　　文：　一個月洗一次。
漢語拼音：　Yì gè yùe xǐ yì cì .
越　　文：　Một tháng giặt một lần .
越南發音：　摸.堂/炸.摸.論＿

**雇主**

中　　文：　房間整理完後，記得要把門瑣好。
漢語拼音：　Fáng jian zhěng lǐ wán hòu, jì dé yào bǎ mén sǔo hǎo.
越　　文：　Sau khi đọn xong phòng , nhớ khoá cửa lại .
越南發音：　稍-氣-咚.松-放＿，挪/華/果?來.

# 單字、片語

| | |
|---|---|
| 中　　文: 房間 | 中　　文: 床 |
| 漢語拼音: Fáng jian | 漢語拼音: Chuáng |
| 越　　文: Căn phòng | 越　　文: Giường |
| 越南發音: 敢 - 放 _ | 越南發音: 中 _ |

| | |
|---|---|
| 中　　文: 梳妝台 | 中　　文: 檯燈 |
| 漢語拼音: Shu zhuang tái | 漢語拼音: Tái deng |
| 越　　文: Bàn trang điểm | 越　　文: Đèn bàn |
| 越南發音: 板 _ 裝 - 點? | 越南發音: 但 _ 伴 _ |

| | |
|---|---|
| 中　　文: 鏡子 | 中　　文: 抽屜 |
| 漢語拼音: Jìng zị | 漢語拼音: Chou tì |
| 越　　文: G-ơng | 越　　文: Ngăn kéo |
| 越南發音: 庸 - | 越南發音: 敢 - 給 / |

| | |
|---|---|
| 中　　文: 衣櫥 | 中　　文: 床單 |
| 漢語拼音: Yi chú | 漢語拼音: Chuáng dan |
| 越　　文: Tủ áo | 越　　文: Khăn trải gi-ờng |
| 越南發音: 特?熬 / | 越南發音: 砍 - 宅?眾 _ |

| | |
|---|---|
| 中　　文: 被子 | 中　　文: 枕頭 |
| 漢語拼音: Bèi zị | 漢語拼音: Zhěn tóu |
| 越　　文: Chăn | 越　　文: Gối |
| 越南發音: 撿 - | 越南發音: 拐 / |

# 第十三課　家事工作

▶ 情境介紹：雇主督促外傭家事工作

## BÀI 13　CÔNG VIỆC Ở NHÀ

## 會話

### 雇主

中　　文：　這衣服會退色，妳要分開洗。

漢語拼音：　Zhè yi fú hùi tùi sè，nǐ yào fen kai xǐ.

越　　文：　Quần áo này để bị ra màu chị phải giặt riêng.

越南發音：　滾＿熬／奈＿跌?逼.渣-毛＿機.海?炸.讓-

- - - - - - - - - - - - - - - - - - - - - - - - - - - -

### 雇主

中　　文：　白色的衣服也要分開洗，或者先洗。

漢語拼音：　Bái sè de yi fú yě yào fen kai xǐ，hùo zhě xian xǐ.

越　　文：　Quần áo trắng cũng phải giặt riêng, hoặc giặt tr-ớc.

越南發音：　滾＿熬／掌-拱～海?炸.讓-，華.炸.眾／

- - - - - - - - - - - - - - - - - - - - - - - - - - - -

### 雇主

中　　文：　衣服，褲子也要分開洗。

漢語拼音：　Yi fú，kù zị yě yào fen kai xǐ.

越　　文：　áo，quần cũng phải giặt riêng.

越南發音：　熬／，滾＿拱～海?炸.讓-

- - - - - - - - - - - - - - - - - - - - - - - - - - - -

### 女傭

中　　文：　記住了。男衣服，女衣服要不要分開洗？

漢語拼音：　Jì zhù le. Nán yi fú，n- yi fú yào bú yào fen kai xǐ?

越　　文：　Nhớ rồi . Quần áo nam, quần áo nữ có cần giặt riêng không?

第三篇　家事、清掃工作用語篇

---

越南發音: 河/肉_，滾_熬/難-，滾_熬/女~隔/互_炸.讓-空-

中　　文：衣服可以一起洗。但褲子要分開洗。

漢語拼音：Yi fú kě yǐ yì qǐ xǐ. Dàn kù zị yào fen kai xǐ.

越　　文：áo có thể giặt chung. Nh-ng quần phải giặt riêng.

越南發音：熬/隔/鐵?炸.重-，弄-滾_海?炸.讓-

中　　文：擦地板的水，髒了就要換。

漢語拼音：Ca dì bǎn de shǔi , zang le jìu yào huàn.

越　　文：N-ớc lau nền nhà bẩn rôi thì phải đi thay.

越南發音：奴/撈-能_那_綁?肉_替_海?低-呆-

中　　文：廚房用的抹布跟擦地用的抹布

漢語拼音：Chú fáng yòng de mỏ bù gen ca dì yòng de mỏ bù

越　　文：Khăn lau dùng trong nhà bếp và khăn lau dùng để lau nền nhà

越南發音：砍-撈-用_中-那_別/哇_砍-撈-用_跌?撈-稜_那

中　　文：不能混著用。

漢語拼音：bù néng hùn zhẹ yòng.

越　　文：không đ-ợc dùng lẫn lộn.

越南發音：空-德/用_論~摟.

| 雇主 | |
|---|---|
| 中　　文： | 電視機，音響及桌櫃，每兩天要擦拭一次。 |
| 漢語拼音： | Diàn shì ji, yin xiǎng jí zhuo gùi , měi liǎng tian yào ca shì yí cì. |
| 越　　文： | Ti vi, máy nghe nhạc và bàn tủ cứ hai ngày phải lau chùi 1 lần. |
| 越南發音： | 梯 - 微 - ，埋 / 捏 - 那.襪 _ 棒 _ 吐 ? 骨 / 海 - 乃 _ 海 ? 撈 - 住 _ 摸.論 _ |

| 雇主 | |
|---|---|
| 中　　文： | 冰箱裡面每星期要清理一次。 |
| 漢語拼音： | Bing xiang lǐ mìan měi xing qí yào qing lǐ yí cì. |
| 越　　文： | Bên trong tủ lạnh một tuần phải dọn một lần. |
| 越南發音： | 邊 - 中 - 賭 ? 稜.摸.頓 _ 海 ? 爭.摸.論 _ |

| 雇主 | |
|---|---|
| 中　　文： | 門窗每個星期要用濕布擦一次。 |
| 漢語拼音： | Mén chuang měi ge xing qí yào yòng shi bù ca yí cì. |
| 越　　文： | Cửa nhà, cửa sổ hàng tuần phải dùng khăn ẩm lau 1 lần. |
| 越南發音： | 果 ? 那 _ ，果 ? 手 ? 橫 _ 頓 _ 海 ? 用 _ 砍 - 按 ? 撈 - 摸.論 _ |

| 雇主 | |
|---|---|
| 中　　文： | 紗窗每一個月要拿下來用水清洗一次。 |
| 漢語拼音： | Sha chuang měi yí ge yùe yào ná xìa lái yòng shǔi qing xǐ yí cì. |
| 越　　文： | Rèm cửa sổ cứ một tháng phải lấy xuống giặt sạch 1 lần. |
| 越南發音： | 爛 _ 國 ? 手 ? 骨 / 摸.堂 _ 海 ? 來 / 悚 / 炸.煞.摸.論 _ |

**雇主**

中 文: 冷氣機的濾網每兩個星期要拿下來清洗一次。

漢語拼音: Lěng qì ji de lù wǎng , měi liǎng ge xing qí yào ná xià lái qing xǐ yí cì.

越 文: Maùng lửưựi loùc cuẏa maựy ủieàu hoaứ,cửự 2 tuaàn phaỷi laỏy xuoỏng rửỷa

越南發音: 雷/路.果?埋/調_化_，骨/嗨-頓_海?來/悚/擾?煞.摸.論_

- - - - - - - - - - - - - - - - - - - - - - - -

**雇主**

中 文: 每天要把晾乾的衣服收回來。

漢語拼音: Měi tian yào bǎ liàng gan de yi fú shou húi lái.

越 文: Hàng ngày phải thu lại những quần áo đã phơi khô.

越南發音: 沆_奈_海?禿-來.橫~滾_熬/打~否-一吼-

- - - - - - - - - - - - - - - - - - - - - - - -

**雇主**

中 文: 沒有乾的，明天再收。

漢語拼音: Méi yǒu gan de, míng tian zài shou.

越 文: Những quần áo ch-a khô, ngày mai hãy cất.

越南發音: 橫~滾_熬/遮-吼-，乃_埋-海~卡/

- - - - - - - - - - - - - - - - - - - - - - - -

**雇主**

中 文: 把收回的衣服先放好，準備晚上燙。

漢語拼音: Bǎ shou húi de yi fú xian fàng hǎo , zhǔn bèi wǎn shàng tàng.

越 文: Để gọn gàng quần áo đã thu lại , chuẩn bị tối là .

越南發音: 跌?供.敢_滾_熬/打~禿-來.，准?逼.圖-辣_

| 雇主 | |
|---|---|
| 中　　文: | 襯衫及長褲一定要燙。 |
| 漢語拼音: | Chèn shan jí cháng kù yí dìng yào tàng. |
| 越　　文: | áo sơ mi và quần dài nhất định phải là. |
| 越南發音: | 熬 / 賒 - 眯 - 襪 _ 滾 _ 熬 / 帶 _ 鎳 / 定.海?辣 _ |

| 雇主 | |
|---|---|
| 中　　文: | 燙衣服的時候，不要讓小孩子接近。 |
| 漢語拼音: | Tàng yi fú de shí hòu, bú yào ràng xiǎo hái zị̌ jie jìn. |
| 越　　文: | Khi là quần áo, đừng để trẻ con đến gần. |
| 越南發音: | 氣 - 辣 _ 滾 _ 熬 / ，洞 _ 跌?仔?公 - 顛 / 見 _ |

| 雇主 | |
|---|---|
| 中　　文: | 所有的衣服要分類擺好。 |
| 漢語拼音: | Sủo yỏu de yi fú yào fen lèi bải hǎo. |
| 越　　文: | Tất cả các loại quần áo phải phân loại để riêng. |
| 越南發音: | 踏 / 卡?各 / 類.滾 _ 熬 / 海?方 - 類.跌?讓 - |

# 單字、片語

| 中　　文: | 浴室 | 中　　文: | 開始 |
|---|---|---|---|
| 漢語拼音: | Yù shì | 漢語拼音: | kai shỉ |
| 越　　文: | Phòng tắm | 越　　文: | bắt đầu |
| 越南發音: | 放 _ 毯 / | 越南發音: | 拔 / 斗 _ |

| 中　　文: | 乾淨 | 中　　文: | 清潔 |
|---|---|---|---|
| 漢語拼音: | Gan jìng | 漢語拼音: | qing jíe |
| 越　　文: | Sạch sẽ | 越　　文: | làm vệ sinh |
| 越南發音: | 煞.蛇 ~ | 越南發音: | 爛 _ 爲.生 - |

| | | | | | |
|---|---|---|---|---|---|
| 中　　文: | 地板 | | 中　　文: | 擦地板 | |
| 漢語拼音: | Dì bản | | 漢語拼音: | Ca dì bản | |
| 越　　文: | Nền nhà | | 越　　文: | Lau nền nhà | |
| 越南發音: | 難_那_ | | 越南發音: | 撈-難_那_ | |
| 中　　文: | 擦乾 | | 中　　文: | 水桶 | |
| 漢語拼音: | Ca gan | | 漢語拼音: | Shủi tỏng | |
| 越　　文: | Lau khô | | 越　　文: | Thùng n-ớc | |
| 越南發音: | 撈-呵- | | 越南發音: | 痛_奴/ | |
| 中　　文: | 這樣 | | 中　　文: | 裝水 | |
| 漢語拼音: | Zhè yàng | | 漢語拼音: | Zhuang shủi | |
| 越　　文: | Nh- thế này | | 越　　文: | Đựng n-ớc | |
| 越南發音: | 女-鐵/奈_ | | 越南發音: | 諄.奴/ | |
| 中　　文: | 滑倒 | | 中　　文: | 換水 | |
| 漢語拼音: | Húa dảo | | 漢語拼音: | Huàn shủi | |
| 越　　文: | Trơn ngã | | 越　　文: | Thay n-ớc | |
| 越南發音: | 衝-家~ | | 越南發音: | 胎-奴/ | |
| 中　　文: | 掃地 | | 中　　文: | 吸塵器 | |
| 漢語拼音: | Sảo dì | | 漢語拼音: | Xi chén qì | |
| 越　　文: | Quét nền nhà | | 越　　文: | Máy hút bụi | |
| 越南發音: | 貴/難_那_ | | 越南發音: | 埋/湖/步. | |
| 中　　文: | 抹布 | | 中　　文: | 濕布 | |
| 漢語拼音: | Mỏ bù | | 漢語拼音: | Shi bù | |
| 越　　文: | Khăn lau | | 越　　文: | Khăn lau -ớt | |
| 越南發音: | 砍-撈- | | 越南發音: | 砍-撈-屋/ | |

| 中　　文: | 擰乾 | 中　　文: | 裡面 |
|---|---|---|---|
| 漢語拼音: | Níng gan | 漢語拼音: | Lǐ miàn |
| 越　　文: | Vắt khô | 越　　文: | Bên trong |
| 越南發音: | 哇 / 呵 - | 越南發音: | 邊 - 中 - |

| 中　　文: | 手 | 中　　文: | 外面 |
|---|---|---|---|
| 漢語拼音: | Shǒu | 漢語拼音: | Wài miàn |
| 越　　文: | Tay | 越　　文: | Bên ngoài |
| 越南發音: | 呆 - | 越南發音: | 邊 - 外 _ |

| 中　　文: | 電視機 | 中　　文: | 門 |
|---|---|---|---|
| 漢語拼音: | Diàn shì ji | 漢語拼音: | Mén |
| 越　　文: | Ti vi | 越　　文: | Cửa |
| 越南發音: | 梯 - 微 - | 越南發音: | 果? |

| 中　　文: | 音響 | 中　　文: | 灰塵 |
|---|---|---|---|
| 漢語拼音: | Yin xiǎng | 漢語拼音: | Hui chén |
| 越　　文: | Âm h-ởng | 越　　文: | Bụi |
| 越南發音: | 暗 - 想? | 越南發音: | 步. |

| 中　　文: | 桌櫃 | 中　　文: | 紗窗 |
|---|---|---|---|
| 漢語拼音: | Zhuo gùi | 漢語拼音: | Sha chuang |
| 越　　文: | Bàn tủ | 越　　文: | Rèm cửa số |
| 越南發音: | 棒 _ 吐? | 越南發音: | 爛 _ 國?手 / |

| 中　　文: | 擦拭 | 中　　文: | 清洗 |
|---|---|---|---|
| 漢語拼音: | Ca shì | 漢語拼音: | Qing xǐ |
| 越　　文: | Lau chùi | 越　　文: | Giặt sạch |
| 越南發音: | 撈 - 就 _ | 越南發音: | 炸.煞. |

| | |
|---|---|
| 中　文：冷氣機<br>漢語拼音：Lěng qì jī<br>越　文：Máy điều hoà<br>越南發音：埋 / 調 _ 化 _ | 中　文：內衣褲<br>漢語拼音：Nèi yi kù<br>越　文：Quần áo lót<br>越南發音：滾 _ 熬 / 樓 / |
| 中　文：濾網<br>漢語拼音：Lù wǎng<br>越　文：L-ới lọc<br>越南發音：類 / 路. | 中　文：浴巾<br>漢語拼音：Yù jin<br>越　文：Khăn tắm<br>越南發音：砍 - 毯 / |
| 中　文：肥皂<br>漢語拼音：Féi zào<br>越　文：Xà phòng<br>越南發音：殺 _ 放 _ | 中　文：衣領<br>漢語拼音：Yi lǐng<br>越　文：Cổ áo<br>越南發音：摳?熬 / |
| 中　文：洗髮精<br>漢語拼音：Xǐ fǎ jing<br>越　文：Dầu gội đầu<br>越南發音：造 _ 鉤.桃 _ | 中　文：袖口<br>漢語拼音：Xìu kǒu<br>越　文：Cổ tay áo<br>越南發音：摳?呆 - 熬 / |
| 中　文：吹風機<br>漢語拼音：Chui feng ji<br>越　文：Máy sấy tóc<br>越南發音：埋 / 塞 _ 頭 / | 中　文：晾衣服<br>漢語拼音：Liàng yi fú<br>越　文：Phơi quần áo<br>越南發音：否 - 滾 _ 熬 / |
| 中　文：臉盆<br>漢語拼音：Liǎn pén<br>越　文：Chậu rửa mặt<br>越南發音：招.繞?罵. | 中　文：分開洗<br>漢語拼音：Fen kai xǐ<br>越　文：Để riêng ra giặt<br>越南發音：碟?仍 - 霎 - 炸. |

# 第十四課　兒童房間

▶ 情境介紹：雇主詢問外傭如何照顧小孩

BÀI 14　PHÒNG CHỦI CUA TRE

## 會話

雇主

| 中　　文: | 小孩子爲什麼哭？ |
|---|---|
| 漢語拼音: | Xiǎo hái zị wèi shén me ku ? |
| 越　　文: | Tại sao bé khóc ? |
| 越南發音: | 逮.稍 - 別 / 河 / |

女傭

| 中　　文: | 他要玩具。 |
|---|---|
| 漢語拼音: | Ta yào wán jù, |
| 越　　文: | Nó đòi lấy đồ chơi. |
| 越南發音: | 羅 / 多_來 / 兜_折 - 一 |

雇主

| 中　　文: | 給他。 |
|---|---|
| 漢語拼音: | Gẻi ta. |
| 越　　文: | Cho nó. |
| 越南發音: | 州 - 羅 / |

女傭

| 中　　文: | 找不到玩具。 |
|---|---|
| 漢語拼音: | Zhǎo bù dào wán jù. |
| 越　　文: | Toõi tõm khoõng thaỷy ủoà chụi . |

越南發音：　聽_空-呆/

**雇主**

中　　文：　拿這個洋娃娃給他。
漢語拼音：　Ná zhè gè yáng wa wa gěi ta.
越　　文：　Lấy con búp bê này cho nó.
越南發音：　來/公-不/別-奈_州-羅/

**女傭**

中　　文：　他不要洋娃娃。
漢語拼音：　Ta bú yào yáng wa wa.
越　　文：　Nó không đòi búp bê.
越南發音：　羅/空-多_不/別-

**雇主**

中　　文：　那他要什麼？
漢語拼音：　Nà ta yào shén me？
越　　文：　Thế nó đòi cái gì？
越南發音：　鐵/羅/多_改/記_

**女傭**

中　　文：　他要機器人。
漢語拼音：　Ta yào ji qì rén.
越　　文：　Nó đòi lấy ng-ời máy.
越南發音：　羅/多_來/內_埋/

# 單字、片語

| | |
|---|---|
| 中　　文: 蠟筆 | 中　　文: 彩紙 |
| 漢語拼音: Là bǐ | 漢語拼音: Cǎi zhǐ |
| 越　　文: Bút chì sáp | 越　　文: Giấy thủ công |
| 越南發音: 不 / 記_ 殺 / | 越南發音: 崖 / 禿?公 - |
| 中　　文: 積木 | 中　　文: 風車 |
| 漢語拼音: Ji mù | 漢語拼音: Feng che |
| 越　　文: Gỗ xếp hình | 越　　文: Chong chóng |
| 越南發音: 鉤 ~ 煞 / 幸_ | 越南發音: 窘 - 窘 / |
| 中　　文: 洋娃娃 | 中　　文: 小風琴 |
| 漢語拼音: Yáng wa wa | 漢語拼音: Xǐǎo feng qín |
| 越　　文: Búp bê | 越　　文: Phong cầm |
| 越南發音: 不 / 別 - | 越南發音: 方 - 贛_ |

## 第十五課 雜物間

▶ 情境介紹：雇主交代外傭些雜事

### BÀI 15 NHÀ KHO GIA ĐÌNH

# 會話

**雇主**

| | | |
|---|---|---|
| 中　　文： | 下雨了，去幫我拿雨衣來。 |
| 漢語拼音： | Xìa yǔ le, qù bang wǒ ná yǔ yi lái. |
| 越　　文： | Trời m-a rồi, lấy giúp tôi áo m-a đến đây. |
| 越南發音： | 追_麼-肉_ ，來/求/對-熬/麼-癲/得- |

**女傭**

| | |
|---|---|
| 中　　文： | 雨衣放在哪裡？ |
| 漢語拼音： | Yǔ yi fàng zài nǎ lǐ？ |
| 越　　文： | áo m-a để ở đâu？ |
| 越南發音： | 熬/麼-跌?兒?兜- |

**雇主**

| | |
|---|---|
| 中　　文： | 在雜物間裡。 |
| 漢語拼音： | Zài zá wù jian lǐ . |
| 越　　文： | ở phòng để đồ vật. |
| 越南發音： | 兒?放_跌?多_哇. |

**女傭**

| | |
|---|---|
| 中　　文： | 我找了，沒有雨衣，只看見雨傘。 |
| 漢語拼音： | Wǒ zhǎo le, méi yǒu yǔ yi, zhǐ kàn jiàn yǔ sǎn. |
| 越　　文： | Tôi tìm rồi, không có áo m-a , chỉ thấy một cái ô. |

越南發音： 對-聽＿肉＿，空-隔/熬/麼-，幾?台/摸.給/歐-

**雇主**

中　　文： 拿雨傘也可以。

漢語拼音： Ná yǔ sǎn yě kě yǐ.

越　　文： Lấy ô cũng đ-ợc.

越南發音： 來/歐-拱~德.

**女傭**

中　　文： 那些舊報紙要扔掉嗎？

漢語拼音： Nà xie jìu bào zhǐ yào rēng diào ma？

越　　文： Những tờ báo cũ vứt đi không？

越南發音： 佞~忑＿薄/孤~福/低-空-

**雇主**

中　　文： 不要扔掉。

漢語拼音： Bú yòng reng diào.

越　　文： Không cần vứt bỏ.

越南發音： 空-亙＿福/跛?

**女傭**

中　　文： 太太，掃把壞了，不能用了。

漢語拼音： Tài tai, sào bǎ huài le, bù néng yòng le.

越　　文： Th-a bà, chổi h- rồi , không thể dùng đ-ợc nữa.

越南發音： 特-八＿，捉?湖-肉＿，空-鐵?用＿德.勒~

| 雇主 |
| --- |
| 中　　文: 我會買回來。 |
| 漢語拼音: Wǒ hùi mǎi húi lái. |
| 越　　文: Tôi sẽ mua về. |
| 越南發音: 對 - 蛇 ~ 麼 - 會 _ |

# 單字、片語

| 中　　文: 掃把 | 中　　文: 手套 |
| --- | --- |
| 漢語拼音: Sào bǎ | 漢語拼音: Shǒu tào |
| 越　　文: Chổi | 越　　文: Găng tay |
| 越南發音: 捉? | 越南發音: 剛 - 呆 - |

| 中　　文: 拖把 | 中　　文: 垃圾桶 |
| --- | --- |
| 漢語拼音: Tuo bǎ | 漢語拼音: Lè sè tǒng |
| 越　　文: Cây lau nhà | 越　　文: Thùng rác |
| 越南發音: 該 - 撈 - 那 _ | 越南發音: 痛 _ 拉 / |

| 中　　文: 雞毛撢子 | 中　　文: 舊報紙 |
| --- | --- |
| 漢語拼音: Ji máo tǎn zị | 漢語拼音: Jìu bào zhǐ |
| 越　　文: Thảm lông gà | 越　　文: Báo cũ |
| 越南發音: 毯?樓 - 尬 _ | 越南發音: 薄 / 孤 ~ |

| 中　　文: 吸塵器 | 中　　文: 雨傘 |
| --- | --- |
| 漢語拼音: Xi chén qì | 漢語拼音: Yǔ sǎn |
| 越　　文: Máy hút bụi | 越　　文: ô |
| 越南發音: 埋 / 湖 / 步. | 越南發音: 歐 - |

| 中　　文: 手提吸塵器 | 中　　文: 雨衣 |
| --- | --- |
| 漢語拼音: Shǒu tí xi chén qì | 漢語拼音: Yǔ yi |
| 越　　文: Máy hút bụi cầm tay | 越　　文: áo m-a |
| 越南發音: 埋 / 湖 / 不.互 _ 呆 - | 越南發音: 熬 / 麼 - |

# 第十六課 廁所

▶ 情境介紹：雇主交代外傭清掃廁所工作

**BÀI 16 PHÒNG VỆ SINH**

## 會話

**雇主**

| | |
|---|---|
| 中　　文: | 廁所，每天都要洗乾淨。 |
| 漢語拼音: | Cè sǔo , mẻi tian dou yào xỉ gan jìng. |
| 越　　文: | Nhà vệ sinh, phải cọ rửa hàng ngày. |
| 越南發音: | 那_ 爲.生 - ，海 / 割.惹?沆_ 奈_ |

**女傭**

| | |
|---|---|
| 中　　文: | 我想戴手套洗廁所。 |
| 漢語拼音: | Wǒ xiǎng dài shǒu tào xỉ cè sǔo. |
| 越　　文: | Tôi muốn đeo găng tay để cọ rửa nhà vệ sinh. |
| 越南發音: | 對 - 蒙 / 丟 - 剛 - 呆 - 跌?割.惹?那 - 爲.生 ▪ |

**雇主**

| | |
|---|---|
| 中　　文: | 可以 |
| 漢語拼音: | Kẻ yỉ |
| 越　　文: | Đ-ợc |
| 越南發音: | 得. |

**雇主**

| | |
|---|---|
| 中　　文: | 每天要清洗廁所的地板馬桶 |
| 漢語拼音: | Mẻi tian yào qing xỉ cè sủo de dì bản mả tỏng |
| 越　　文: | Mỗi ngày , phải rửa sạch sàn nhà vệ sinh, bàn cầu . |

越南發音：　媚~乃＿，海?惹?沙.善＿那＿爲.生－，半＿鉤＿

| 雇主 |
| --- |

中　　文：　廁所洗好後，要用乾布擦乾。

漢語拼音：　Cè sủo xỉ hảo hòu , yào yòng gan bù ca gan.

越　　文：　Sau khi coù rửẙa nhaú veọ sinh,phảyỉ duứng khaờn khoõ
lau saùch .

越南發音：　稍－氣－割.惹?那＿爲.生－，海?用＿百?吼－撈－煞.

| 雇主 |
| --- |

中　　文：　小心別讓異物掉到馬桶裡

漢語拼音：　Xiản xin bíe ràng yì wù diào dào mả tỏng lỉ .

越　　文：　Cẩn thận không đ-ợc để đồ đạc rớt vào trong bàn cầu.

越南發音：　艮?吞.空－得.碟?都＿達.奏/包＿宗－半＿鉤＿

# 單字、片語

中　　文：　臭
漢語拼音：　Chòu
越　　文：　Thối
越南發音：　拖／一

中　　文：　上廁所
漢語拼音：　Shàng cè sủo
越　　文：　ẹi veọ sinh
越南發音：　低－那＿爲.生－

中　　文：　髒
漢語拼音：　Zang
越　　文：　Bẩn
越南發音：　綁?

中　　文：　洗手間
漢語拼音：　Xỉ shỏu jian
越　　文：　Nhà vệ sinh
越南發音：　那＿爲.生－

# 第十七課　裝飾用品

▶ 情境介紹：請外傭協助找東西

BAÌI 17  ĐỒ DÙNG TRANG SẾC

## 會話

### 雇主

| | |
|---|---|
| 中　　文： | 去幫我拿公事包來。 |
| 漢語拼音： | Qù bang wǒ ná gong shì bao lái. |
| 越　　文： | Lấy giúp tôi cái cập táp. |
| 越南發音： | 來 / 求 / 堆 - 改 / 咖.踏 / |

### 女傭

| | |
|---|---|
| 中　　文： | 先生，公事包放在哪裡？ |
| 漢語拼音： | Xian sheng, gong shì bao fàng zài nǎ lǐ？ |
| 越　　文： | Th-a ông, cập táp để ở đâu？ |
| 越南發音： | 特 - 翁 - ，咖.踏 / 跌?兒?兜 - |

### 雇主

| | |
|---|---|
| 中　　文： | 在客廳 |
| 漢語拼音： | Zài kè ting . |
| 越　　文： | ở phòng khách. |
| 越南發音： | 兒?放 _ 喀 / |

### 女傭

| | |
|---|---|
| 中　　文： | 先生，我找不到。 |
| 漢語拼音： | Xian sheng , wǒ zhǎo bú dào. |
| 越　　文： | Th-a ông, tôi tìm không thấy. |

| 越南發音: | 特-翁-，對-聽_空-台/ |
|---|---|

**雇主**

| 中　　文: | 沒關係，我去拿。 |
|---|---|
| 漢語拼音: | Méi guan xi , wǒ qù ná |
| 越　　文: | Không có chi, để tôi đi lấy. |
| 越南發音: | 空-隔/幾-，跌?對-低-來/ |

**雇主**

| 中　　文: | 看見我的眼鏡了嗎？ |
|---|---|
| 漢語拼音: | Kàn jiàn wǒ de yǎn jìng le ma ? |
| 越　　文: | Có thấy kính của tôi ở đâu không ? |
| 越南發音: | 隔/台/斤/果?對-兒?兜-空- |

**雇主**

| 中　　文: | 在電視旁邊，去幫我拿來。 |
|---|---|
| 漢語拼音: | Zài diàn shì páng bian , qù bang wǒ ná lái. |
| 越　　文: | ở bên cạnh ti vi, lấy giúp tôi. |
| 越南發音: | 兒?邊-甘.梯-微-，來/求/對- |

# 單字、片語

| 中　　文: | 領帶 |
|---|---|
| 漢語拼音: | Lǐng dài |
| 越　　文: | Cà vạt |
| 越南發音: | 尬_哇. |

| 中　　文: | 戒指 |
|---|---|
| 漢語拼音: | Jiè zhǐ |
| 越　　文: | Nhẫn |
| 越南發音: | 連~ |

| 中　文: | 圍巾 | 中　文: | 手鐲 |
|---|---|---|---|
| 漢語拼音: | Wéi jin | 漢語拼音: | Shǒu zhúo |
| 越　文: | Khăn choàng | 越　文: | Vòng đeo tay |
| 越南發音: | 砍 - 降 _ | 越南發音: | 風 _ 調 - 呆 - |

| 中　文: | 頭巾 | 中　文: | 腰帶 |
|---|---|---|---|
| 漢語拼音: | Tóu jin | 漢語拼音: | Yao dài |
| 越　文: | Khăn trùm đầu | 越　文: | Dây nịt |
| 越南發音: | 砍 - 衝 _ 掏 _ | 越南發音: | 在 - 膩. |

| 中　文: | 錢包 | 中　文: | 帽子 |
|---|---|---|---|
| 漢語拼音: | Qián bao | 漢語拼音: | Mào zị |
| 越　文: | Ví tiền | 越　文: | Mũ |
| 越南發音: | 微 / 汀 _ | 越南發音: | 模 ~ |

| 中　文: | 項鍊 | 中　文: | 背包 |
|---|---|---|---|
| 漢語拼音: | Xiàng liàn | 漢語拼音: | Bèi bao |
| 越　文: | Dây chuyền | 越　文: | Ba lô |
| 越南發音: | 在 - 窘 _ | 越南發音: | 八 - 樓 - |

| 中　文: | 眼鏡 | 中　文: | 手提袋 |
|---|---|---|---|
| 漢語拼音: | Yǎn jìng | 漢語拼音: | Shǒu tí dài |
| 越　文: | Mắt kính | 越　文: | Túi xách |
| 越南發音: | 罵 / 斤 / | 越南發音: | 頹 / 殺 / |

| 中　文: | 墨鏡 | 中　文: | 領帶夾 |
|---|---|---|---|
| 漢語拼音: | Mò jìng | 漢語拼音: | Lǐng dài jía |
| 越　文: | Mắt kính râm | 越　文: | Kẹp cà vạt |
| 越南發音: | 罵 / 斤 / 仍 - | 越南發音: | 給. 尬 _ 哇. |

# 第十八課　服裝

▶ 情境介紹：關於服裝的會話

BÀI 18  PHỤC TRANG

## 會話

### 雇主

| | |
|---|---|
| 中　　文： | 天氣冷了，怎麼沒多穿衣呢？ |
| 漢語拼音： | Tian qì lěng le, zěn me méi duo chuan yi nẻ ? |
| 越　　文： | Trời trở lạnh, sao không mặc thêm áo ? |
| 越南發音： | 這 _ 者?冷.，稍 - 空 - 罵.添 - 熬 / |

### 女傭

| | |
|---|---|
| 中　　文： | 我沒有帶來。 |
| 漢語拼音： | Wǒ méi yǒu dài lái. |
| 越　　文： | Tôi không mang theo. |
| 越南發音： | 對 - 空 - 滿 - 調 - |

### 雇主

| | |
|---|---|
| 中　　文： | 這件給妳穿，喜歡嗎？合身嗎？ |
| 漢語拼音： | Zhè jiàn gěi nỉ chuan, xỉ huan ma ? hé shen ma ? |
| 越　　文： | áo này cho chị mặc , thích không ? vừa không ? |
| 越南發音： | 熬 / 奈 _ 州 - 機.罵.，提 / 空 - ，孵 _ 空 - |

### 女傭

| | |
|---|---|
| 中　　文： | 謝謝，我很喜歡. |
| 漢語拼音： | Xìe xie, wǒ hěn xỉ huan. |
| 越　　文： | Cám ơn , tôi rất thích. |

越南發音: 甘 / 恩 - , 對 - 拉 / 提 /

# 單字、片語

| | |
|---|---|
| 中　　文: 衣服 | 中　　文: 毛衣 |
| 漢語拼音: Yì fú | 漢語拼音: Máo yi |
| 越　　文: Quần áo | 越　　文: áo len |
| 越南發音: 滾 _ 熬 / | 越南發音: 熬 / 攔 - |
| 中　　文: 長褲 | 中　　文: 裙 |
| 漢語拼音: Cháng kù | 漢語拼音: Qún |
| 越　　文: Quần đài | 越　　文: Váy |
| 越南發音: 滾 _ 仔 _ | 越南發音: 歪 / |
| 中　　文: 短褲 | 中　　文: 襪子 |
| 漢語拼音: Duǎn kù | 漢語拼音: Wà zi |
| 越　　文: Quần xà lỏn | 越　　文: Tất |
| 越南發音: 滾 _ 煞 _ 龍 - | 越南發音: 踏 / |
| 中　　文: 西裝 | 中　　文: 睡衣 |
| 漢語拼音: Xi zhuang | 漢語拼音: Shùi yi |
| 越　　文: áo sơ mi | 越　　文: áo ngủ |
| 越南發音: 熬 / 賒 - 眯 - | 越南發音: 熬 / 葛? |
| 中　　文: 胸衣，內衣 | 中　　文: 游泳衣 |
| 漢語拼音: Xiong yi, nèi yi | 漢語拼音: Yóu yǒng yi |
| 越　　文: áo xu chiêng | 越　　文: áo tắm |
| 越南發音: 熬 / 須 - 胸 - | 越南發音: 熬 / 毯 / |

第四篇

醫療照顧篇

# 第十九課　照顧嬰兒

▶ 情境介紹：雇主交代外傭照顧嬰兒的會話

BÀI 19  CHĂM SÓC BÉ

## 會話

### 雇主

| | |
|---|---|
| 中　　文： | 快去看，小孩爲什麼哭？ |
| 漢語拼音： | Kuài qù kàn, xiǎo hái wèi shén me ku？ |
| 越　　文： | Mau đi xem, tại sao bé khóc？ |
| 越南發音： | 毛-低-星-，呆.稍-拔/和/ |

### 女傭

| | |
|---|---|
| 中　　文： | 太太，他摔倒了。 |
| 漢語拼音： | Tài tai, ta shuai dǎo le. |
| 越　　文： | Th-a bà, bé bị ngã. |
| 越南發音： | 特-八＿，拔/逼.嘎~ |

### 雇主

| | |
|---|---|
| 中　　文： | 妳爲什麼不看著小孩呢？ |
| 漢語拼音： | Nǐ wèi shén me bù kàn zhe xiǎo hái ne？ |
| 越　　文： | Tại sao chị không trông bé？ |
| 越南發音： | 呆.稍-氣.哭-寵-拔/ |

### 女傭

| | |
|---|---|
| 中　　文： | 我在洗菜。 |
| 漢語拼音： | Wǒ zài xǐ cài. |
| 越　　文： | Tôi đang rửa rau. |

越南發音：　對 - 但 - 惹?繞 -

### 雇主

中　　文：　有流血嗎？
漢語拼音：　Yǒu líu xie ma ?
越　　文：　Có chảy máu không ?
越南發音：　隔 / 拆?毛 / 空 -

### 女傭

中　　文：　沒有。
漢語拼音：　Méi yǒu .
越　　文：　Không chảy máu .
越南發音：　空 - 拆?毛 /

### 雇主

中　　文：　小孩哭了，妳就要去看看他。
漢語拼音：　Xiǎo hái ku le, nǐ jiù yào qù kàn kàn ta.
越　　文：　Bé khóc, chị phải đi xem nó.
越南發音：　拔 / 和 / ，機.海 / 低 - 星 - 挪 /

### 雇主

中　　文：　是不是不舒服？
漢語拼音：　Shì bú shì bú shu fu ?
越　　文：　Có phải nó bị mệt không ?
越南發音：　隔 / 海?挪 / 逼.咩.空 -

### 雇主

| | |
|---|---|
| 中　　文: | 寶寶最近在長牙，所以常鬧情緒. |
| 漢語拼音: | Bǎo bao zùi jìn zài zhǎng ýa, sǒu ỷi cháng cháng nào qíng xì. |
| 越　　文: | Gần đây bé mọc răng, nên khó chịu. |
| 越南發音: | 贛_ 呆 - 拔 / 墨.嚷 - ，愣 - 和 / 糾. |

# 單字、片語

| | |
|---|---|
| 中　　文: | 哭 |
| 漢語拼音: | Ku |
| 越　　文: | Khóc |
| 越南發音: | 和 / |

| | |
|---|---|
| 中　　文: | 痱子粉 |
| 漢語拼音: | Fèi zǐ fěn |
| 越　　文: | Phấn rôm |
| 越南發音: | 分 / 攏 - |

| | |
|---|---|
| 中　　文: | 笑 |
| 漢語拼音: | Xiào |
| 越　　文: | C-ời |
| 越南發音: | 軌_ |

| | |
|---|---|
| 中　　文: | 奶嘴 |
| 漢語拼音: | Nǎi zǔi |
| 越　　文: | Núm vú |
| 越南發音: | 怒 / 福 / |

| | |
|---|---|
| 中　　文: | 牛奶 |
| 漢語拼音: | Níu nǎi |
| 越　　文: | Sữa bò |
| 越南發音: | 蛇 ~ 步_ |

| | |
|---|---|
| 中　　文: | 圍兜 |
| 漢語拼音: | Wéi dou |
| 越　　文: | Khăn choàng cổ |
| 越南發音: | 砍 - 較_ 鉤? |

| | |
|---|---|
| 中　　文: | 沖奶 |
| 漢語拼音: | Chong nǎi |
| 越　　文: | Pha sữa |
| 越南發音: | 發 - 蛇 ~ |

| | |
|---|---|
| 中　　文: | 毛巾 |
| 漢語拼音: | Máo jin |
| 越　　文: | Khăn bông |
| 越南發音: | 砍 - 繃 - |

| | |
|---|---|
| 中　　文: | 奶瓶 |
| 漢語拼音: | Nǎi píng |
| 越　　文: | Bình sữa |
| 越南發音: | 並_ 蛇 ~ |

# 第廿課　照顧小孩

▶情境介紹：雇主交代外傭照料孩童的工作

BÀI 20　CHĂM SÓC TRẺ

## 會話

**雇主**

中　　文：六點鐘才去叫小孩起床。

漢語拼音：Lìu diản zhong cái qù jiào xiǎo hái qǐ chuáng.

越　　文：Sáu giờ mới đánh thức trẻ dậy.

越南發音：勺 / 者_ 沒 / 但 / 除 / 察?呆.

---

**雇主**

中　　文：小孩起床後，先洗臉，然後吃早飯。

漢語拼音：Xiǎo hái qǐ chuáng hòu, xian xǐ liǎn , rán hòu chi zǎo fàn.

越　　文：Sau khi bọn trẻ ngủ dậy, tr-óc tiên rữa mặt , sau đó ăn bữa sáng.

越南發音：稍 - 氣 - 繃.察?窩?呆. , 綜 / 天 - 繞~ 罵. , 稍 - 多 / 安 - 頗 ~ 賞 /

---

**雇主**

中　　文：用完早飯，小孩要刷牙，擦臉。

漢語拼音：Yòng wán zǎo fàn, xiǎo hái yào shua yá , ca liǎn.

越　　文：Ăn sáng xong, bọn trẻ phải đánh răng, lau mặt.

越南發音：安 - 賞 / 松 - , 繃.察?海?但 / 嚷 - , 撈 - 罵.

---

**雇主**

中　　文：然後，小孩要換衣服，穿鞋子，準備上學。

| 漢語拼音: | Rán hòu , xiǎo hái yào huàn yi fú, chuan xíe zi , zhǔn bèi shàng xúe. |
| 越　　文: | Sau đó, bọn trẻ phải thay quần áo, đi giầy , chuẩn bị đi học. |
| 越南發音: | 稍-多／，繃.察?海?呆-滾_熬／，低-崖_，准?逼.低-呵. |

**雇主**

| 中　　文: | 走路上學校，一定要注意安全。 |
| 漢語拼音: | Zǒu lù shàng xúe xiào, yí dìng yào zhù yì an quán. |
| 越　　文: | Đi bộ đến tr-ờng, nhất định phải chú ý an toàn. |
| 越南發音: | 低-播.顛／眾_，鎳／釘.海?逐／一／安-斷_ |

**雇主**

| 中　　文: | 街上有很多汽車跟摩托車，要小心。 |
| 漢語拼音: | Jie shàng yǒu hě duo qì che gen mó tuo che, yào xiǎo xin. |
| 越　　文: | Trên đ-ờng phố có rất nhiều ô tô và xe máy, nhất định phải cẩn thận. |
| 越南發音: | 春-凍_否／隔／拉-妞_歐-偷-襪_些-埋／，鎳／釘.海?互?吞. |

**雇主**

| 中　　文: | 鑰匙要好好保管，不要遺失。 |
| 漢語拼音: | Yào shí yào hǎo hao bǎo guǎn, bú yào yí shi. |
| 越　　文: | Khi ra ngoài, chìa khoá phải giữ gìn cẩn thận không đ-ợc để mất. |
| 越南發音: | 氣-雜-外_，價_華／海?就~近_互?吞.空-得.跌?麻／ |

# 單字、片語

| | |
|---|---|
| 中　文: 洗澡 | 中　文: 穿 |
| 漢語拼音: Xǐ zǎo | 漢語拼音: Chuan |
| 越　文: Tắm | 越　文: Mặc |
| 越南發音: 毯 / | 越南發音: 罵. |
| 中　文: 梳頭 | 中　文: 校服 |
| 漢語拼音: Shu tóu | 漢語拼音: Xiào fú |
| 越　文: Chải đâu | 越　文: Đồng phục |
| 越南發音: 巧?逃_ | 越南發音: 同_服. |
| 中　文: 看車 | |
| 漢語拼音: Kàn che | |
| 越　文: Trông xe | |
| 越南發音: 鄒 - 些 - | |

# 第廿一課　照顧老人

▶ 情境介紹：外傭照顧老人的會話

## BÀI 21　CHĂM SÓC NG-ỜI GIÀ

## 會話

### 女傭

| | |
|---|---|
| 中　　文： | 這樣舒不舒服？ |
| 漢語拼音： | Zhè yàng shu bù shu fú ? |
| 越　　文： | Nh- thế có khoẻ không ? |
| 越南發音： | 牛 - 鐵 / 隔 / 奎?空 - |

### 女傭

| | |
|---|---|
| 中　　文： | 要不要看電視？ |
| 漢語拼音： | Yào bú yào kàn diàn shì ? |
| 越　　文： | Có muốn xem ti vi không ? |
| 越南發音： | 隔 / 蒙 / 星 - 梯 - 微 - 空 - |

### 雇主

| | |
|---|---|
| 中　　文： | 枕頭放高一點 |
| 漢語拼音： | Zhěn tóu fàng gao yì diǎn |
| 越　　文： | Keõ goỏi naốm cao leõn moọt chuợt . |
| 越南發音： | 科 - 摳 / 男 _ 高 - 攔 - 摸.一 / |

### 女傭

| | |
|---|---|
| 中　　文： | 要不要下床走走？ |
| 漢語拼音： | Yào bú yào xià chuáng zǒu zǒu ? |
| 越　　文： | Có cần xuống gi-ờng đi lại cho khoẻ ng-ời không ? |

越南發音：　隔 / 互 _ 悚 / 眾 _ 低 - 來.州 - 奎?奈 _ 空 -

**女傭**

中　文：　會冷嗎？
漢語拼音：　Hùi lěng ma ?
越　文：　Có lạnh không ?
越南發音：　隔 / 冷.空 -

**雇主**

中　文：　我覺得有點冷，幫我拿被子來。
漢語拼音：　Wǒ júe dé yǒu diǎn lěng , bang wǒ ná bèi zị lái.
越　文：　Tôi cảm thấy hơi lạnh, lấy chăn cho tôi.
越南發音：　對 - 感?台 / 吼 - 冷.，來 / 撿?州 - 對 -

**女傭**

中　文：　要多穿衣服嗎？
漢語拼音：　Yào duo chuan yi fú ma ?
越　文：　Có mặc thêm áo không ?
越南發音：　隔 / 罵.添 - 熬 / 空 -

**雇主**

中　文：　陪他去外面散步。
漢語拼音：　Péi ta qù wài miàn sàn bù.
越　文：　Đỡ ông ấy ra ngoài đi dạo.
越南發音：　淂 ~ 翁 - ，捱 / 哑 - 外 _ 低 _ 遭.

**雇主**

中　　文： 上下樓梯要扶持。

漢語拼音： Shàng xià lóu tī yào fú chí.

越　　文： Phải nâng đỡ lúc lên xuống cầu thang.

越南發音： 海?男 - 多 ~ 爐 / 稜 - 悚 / 告 _ 湯 -

**雇主**

中　　文： 阿公身體很弱，妳要扶他上下床。

漢語拼音： A gong shen tǐ hěn rùo, nǐ yào fú ta shàng xià chuáng.

越　　文： Ông cụ rất yếu, cháu phải dìu lên xuống gi-ờng.

越南發音： 翁 - 孤.拉 / 優 / ，朝 / 海?就 _ 連 - 悚 / 綜 _

**阿公**

中　　文： 陪我去散步，好嗎？

漢語拼音： Péi wǒ qù sàn bù, hǎo ma？

越　　文： Cùng tôi đi dạo , đ-ợc không？

越南發音： 拱 _ 對 - 低 - 遭. ，得.空 -

**女傭**

中　　文： 去很遠嗎？

漢語拼音： Qù hěn yǔan ma？

越　　文： Đi xa không？

越南發音： 低 - 沙 - 空 -

**阿公**

中　　文： 不遠，在家附近。

漢語拼音： Bù yǔan , zài jia fù jìn.

越　　文： Không xa, gần nhà.

越南發音: 空 - 沙 - ，贛 _ 那 _

# 單字、片語

| | |
|---|---|
| 中　　文: 換衣服 | 中　　文: 坐輪椅 |
| 漢語拼音: Huàn yi fú | 漢語拼音: Zùo lún yi |
| 越　　文: Thay quần áo | 越　　文: Ngôi xe lăn tay |
| 越南發音: 呆 - 滾 _ 熬 / | 越南發音: 挪 _ 些 - 懶 - 呆 - |
| 中　　文: 換床單 | 中　　文: 拐杖 |
| 漢語拼音: Huàn chuáng dan | 漢語拼音: Guải zhàng |
| 越　　文: Thay khăn trải gi-ờng | 越　　文: Gậy , ba tong |
| 越南發音: 呆 - 砍 - 窄?眾 _ | 越南發音: 該 . , 八 - 通 - |
| 中　　文: 累 | 中　　文: 快一點 |
| 漢語拼音: Lèi | 漢語拼音: Kuài yi diản |
| 越　　文: Mệt | 越　　文: Nhanh một chút |
| 越南發音: 滅 . | 越南發音: 佞 - 摸 . 竹 / |
| 中　　文: 小心 | 中　　文: 慢慢來 |
| 漢語拼音: Xiảo xin | 漢語拼音: Màn màn lái |
| 越　　文: Cẩn thận | 越　　文: Từ từ |
| 越南發音: 跟?吞 . | 越南發音: 度 _ 度 _ |

# 第廿二課 照顧病人

▶情境介紹：外傭照顧病人的常用會話

## BÀI 22 CHĂM SÓC NG-ỜI GIÀ, NG-ỜI BỆNH

# 會話

**雇主**

| | | |
|---|---|---|
| 中　文: | 提醒他按時吃藥。 |
| 漢語拼音: | Tí xǐng ta àn shí chi yào. |
| 越　文: | Nhắc ông ấy uống thuốc đúng giờ. |
| 越南發音: | 捺 / 翁 - 捱 / 文 / 圖 / 多 / 遮 _ |

**雇主**

| | |
|---|---|
| 中　文: | 陪他去作復健。 |
| 漢語拼音: | Péi ta qù zùo fù jiàn |
| 越　文: | Đ-a ông ấy đi phục hồi sức khoẻ. |
| 越南發音: | 奪 - 翁 - 捱 / 低 - 夫.後 _ 書 / 奎? |

**雇主**

| | |
|---|---|
| 中　文: | 檢查尿布有沒有濕 |
| 漢語拼音: | Jiǎn chá niào bù yǒu méi yǒu shi |
| 越　文: | Kiểm tra tã lót có -ớt không |
| 越南發音: | 撿?紮 - 踏 ~ 勒 / 隔 / 窩 / 空 - |

**女傭**

| | |
|---|---|
| 中　文: | 肚子漲不漲？ |
| 漢語拼音: | Dù zị zhàng bú zhàng？ |
| 越　文: | Buùng cợ bū trử̛ng leõn khoõng . |

越南發音: 隔／幸＿奔.空－．

### 女傭

中　　文: 要小便嗎？
漢語拼音: Yào xiǎo biàn ma ?
越　　文: Có tiểu tiện không ?
越南發音: 隔／丟?天.空－

### 雇主

中　　文: 我病了，幫我拿藥來。
漢語拼音: Wǒ bìng le, bang wǒ ná yào lái
越　　文: Tôi bị bệnh, đem thuốc cho tôi
越南發音: 對－逼.病.，但－圖／州－對－

### 女傭

中　　文: 藥放在哪裡？
漢語拼音: Yào fàng zài nǎ lǐ ?
越　　文: Thuốc để ở đâu ?
越南發音: 圖／跌?兒?兜－

### 雇主

中　　文: 在藥櫃裡。
漢語拼音: Zài yào guì lǐ .
越　　文: Để ở tủ thuốc .
越南發音: 跌?兒?禿?圖／

**女傭**

中　　文：　要溫水還是冰水？

漢語拼音：　Yào wen shǔi hái shì bing shǔi？

越　　文：　Lấy n-ớc ấm hay n-ớc lạnh？

越南發音：　來 / 奴 / 暗 / 嗨 - 奴 / 冷.

**雇主**

中　　文：　要溫水。

漢語拼音：　Yào wen shǔi.

越　　文：　Lấy n-ớc ấm.

越南發音：　來 / 奴 / 暗 /

**女傭**

中　　文：　阿公，吃藥時間到了，我給您藥吃。

漢語拼音：　A gong , chi yào shí jian dào le , wǒ gěi nín yào chi！

越　　文：　Ông cụ, đến giờ uống thuốc rồi, cháu cho ông uống thuốc nhé！

越南發音：　翁 - 孤. ，顛 / 者 _ 文 / 圖 / 肉 _ ，朝 / 州 - 翁 - 文 / 圖 / 吶 /

**女傭**

中　　文：　我幫您翻身。

漢語拼音：　Wǒ bang nín fan shen .

越　　文：　Cháu giúp ông trở mình nhé .

越南發音：　朝 / 求 / 翁 - 扯?命 _ 吶 /

**女傭**

| 中　　文: | 我為您按摩好嗎？ |
| --- | --- |
| 漢語拼音: | Wǒ wèi nín àn mó hǎo ma？ |
| 越　　文: | Cháu xoa bóp cho ông nhé？ |
| 越南發音: | 朝 / 沙 - 薄 / 州 - 翁 - 吶 / |

女傭

| 中　　文: | 我這樣按摩阿公舒服嗎？ |
| --- | --- |
| 漢語拼音: | Wǒ zhè yàng àn mó a gong shu fú ma？ |
| 越　　文: | Cháu xoa bóp thế ông có dễ chịu không？ |
| 越南發音: | 朝 / 沙 - 薄 / 鐵 / 翁 - 隔 / 跌 ~ 糾.空 - |

雇主

| 中　　文: | 再大力一點，太輕了！ |
| --- | --- |
| 漢語拼音: | Zài dà lì yi diǎn, tài qing le！ |
| 越　　文: | Mạnh hơn một chút nữa, nhẹ quá！ |
| 越南發音: | 滿.轟 - 摸.竹 / 勒 ~ ，拿.瓜 / |

# 單字、片語

| | |
|---|---|
| 中　　文: 痛 | 中　　文: 肚子痛 |
| 漢語拼音: Tòng | 漢語拼音: Dù zị tòng |
| 越　　文: Đau | 越　　文: Đau bụng |
| 越南發音: 刀- | 越南發音: 刀-笨. |

| | |
|---|---|
| 中　　文: 不痛 | 中　　文: 全身酸痛 |
| 漢語拼音: Bú tòng | 漢語拼音: Quán shen suan tòng |
| 越　　文: Không đau | 越　　文: Đau nhức cả mình mẩy |
| 越南發音: 空-刀- | 越南發音: 刀-怒/卡?命_買? |

| | |
|---|---|
| 中　　文: 痛不痛 | 中　　文: 眼睛痛 |
| 漢語拼音: Tòng bú tòng ? | 漢語拼音: Yản jing tòng |
| 越　　文: Có đau không ? | 越　　文: Đau mắt |
| 越南發音: 隔/刀-空- | 越南發音: 刀-麻/ |

| | |
|---|---|
| 中　　文: 哪裡痛 | 中　　文: 心痛 |
| 漢語拼音: Nả lỉ tòng ? | 漢語拼音: Xin tòng |
| 越　　文: Đau chỗ nào ? | 越　　文: Đau tim |
| 越南發音: 刀-抽~鬧_ | 越南發音: 刀-汀- |

| | |
|---|---|
| 中　　文: 頭痛 | 中　　文: 打針 |
| 漢語拼音: Tóu tòng | 漢語拼音: Dả zhen |
| 越　　文: Đau đầu | 越　　文: Tieõm thuoỏc |
| 越南發音: 刀-到_ | 越南發音: 及/圖/ |

| |
|---|
| 中　　文: 每天量血壓 |
| 漢語拼音: Mểi tian liáng xủa ya. |
| 越　　文: Mỗi ngày đều phải đo huyết áp . |
| 越南發音: 妹~奈_掉_海?多-回/啊/ |

| 中　文: | 吃藥 | 中　文: | 拉肚子 |
|---|---|---|---|
| 漢語拼音: | Chi yào | 漢語拼音: | La dù zị |
| 越　文: | Uống thuốc | 越　文: | Tiêu chảy |
| 越南發音: | 文 / 圖 / | 越南發音: | 丟 - 拆? |

| 中　文: | 感冒 | 中　文: | 醫院 |
|---|---|---|---|
| 漢語拼音: | Gản mào | 漢語拼音: | Yi yùan |
| 越　文: | Bị cảm | 越　文: | Bệnh viện |
| 越南發音: | 逼.感? | 越南發音: | 病.園. |

| 中　文: | 發燒 | 中　文: | 病房 |
|---|---|---|---|
| 漢語拼音: | Fa shao | 漢語拼音: | Bìng fáng |
| 越　文: | Sốt, lên cơn sốt | 越　文: | Phòng bệnh |
| 越南發音: | 熟 / ，攔 - 公 - 熟 / | 越南發音: | 放 _ 病. |

| 中　文: | 鼻塞 | 中　文: | 心臟病 |
|---|---|---|---|
| 漢語拼音: | Bí sai | 漢語拼音: | Xin zàng bìng |
| 越　文: | Ngạt mũi | 越　文: | Bệnh tim |
| 越南發音: | 捏.梅~ | 越南發音: | 病.貪 - |

| 中　文: | 流鼻水 | 中　文: | 高血壓 |
|---|---|---|---|
| 漢語拼音: | Líu bí shủi | 漢語拼音: | Gao xủe ya |
| 越　文: | Chảy n-ớc mũi | 越　文: | Cao huyết áp |
| 越南發音: | 拆?奴 / 梅~ | 越南發音: | 高 - 會 / 啊 / |

| 中　文: | 打噴嚏 | 中　文: | 藥丸 |
|---|---|---|---|
| 漢語拼音: | Dả pen tì | 漢語拼音: | Yào wán |
| 越　文: | Sổ mũi, hát hơi | 越　文: | Thuốc viên |
| 越南發音: | 手?梅~，哈 / 和 - 一 | 越南發音: | 圖 / 玩 - |

# 第廿三課　在家裡

▶ 情境介紹：拿東西、買東西的對話

**BÀI 23　Ở NHÀ**

## 會話

### 女傭

中　　文： 太太，麻煩您幫我買點東西，可以嗎？

漢語拼音： Tài tai, má fán nín bang wǒ mǎi diǎn dong xi , kě yǐ ma ?

越　　文： Th-a bà, thật là ngại phải nhờ bà mua giúp tôi vài thứ vật
dụng, đ-ợc không ?

越南發音： 特 - 八 _ ，塌.辣 _ 奶.海?挪 _ 八 _ 糢 - 求 / 對 - 拜 _ 忒 / 哇.
用.，得.空 -

### 雇主

中　　文： 妳要買些什麼？

漢語拼音： Nǐ yào mǎi xie shén me ?

越　　文： Chị muốn mua gì ?

越南發音： 機.蒙 / 糢 - 記 _

### 女傭

中　　文： 麻煩您幫我買衛生棉。

漢語拼音： Má fán nín bang wǒ mǎi wèi sheng mián .

越　　文： Làm phiền bà mua giúp cho tôi băng vệ sinh.

越南發音： 爛 _ 飯 _ 八 _ 糢 - 求 / 州 - 對 - 綁 - 爲.生 -

### 雇主

中　　文： 還要買什麼？

| 漢語拼音: | Hái yào mǎi shén me ? |
| 越　文: | Còn mua thêm gì nữa ? |
| 越南發音: | 共 _ 糢 - 添 - 記 _ 挪 ~ |

**女傭**

| 中　文: | 我的肥皂，牙膏都快用完了。 |
| 漢語拼音: | Wǒ de féi zào, ya gao dou kuài yòng wán le, |
| 越　文: | Xà phòng, kem đánh răng cũng sắp hết hồi . |
| 越南發音: | 煞 _ 放 _ ，耕 - 單 / 讓 - 拱 ~ 傻 / 黑 / 吼 _ |

**女傭**

| 中　文: | 洗髮精也快完了。 |
| 漢語拼音: | Xǐ fǎ jing yě kuài wán le . |
| 越　文: | Dầu gội đầu cũng sắp hết. |
| 越南發音: | 造 _ 鉤.到 _ 拱 ~ 傻 / 黑 / |

**雇主**

| 中　文: | 我會幫妳買回來。 |
| 漢語拼音: | Wǒ hùi bang nǐ mǎi húi lái. |
| 越　文: | Tôi sẽ mua giúp chị. |
| 越南發音: | 對 - 賒 ~ 糢 - 求 / 機. |

# 單字、片語

| 中　文: | 拖鞋 | | 中　文: | 皮鞋 |
| 漢語拼音: | Tuo xíe | | 漢語拼音: | Pí xíe |
| 越　文: | Dép | | 越　文: | Giày da |
| 越南發音: | 鞋 / | | 越南發音: | 崖 _ |

| 中　文: | 鞋油 | 中　文: | 布 |
| --- | --- | --- | --- |
| 漢語拼音: | Xíe yóu | 漢語拼音: | Bù |
| 越　文: | Xi đánh giày | 越　文: | Vải |
| 越南發音: | 西 - 單 / 崖 _ | 越南發音: | 外? |

| 中　文: | 鞋刷 | 中　文: | 鞋櫃 |
| --- | --- | --- | --- |
| 漢語拼音: | Xíe shua | 漢語拼音: | Xíe gùi |
| 越　文: | Bàn chải đánh giày | 越　文: | Tủ giày |
| 越南發音: | 棒 _ 窄? 單 / 崖 _ | 越南發音: | 忒? 崖 _ |

第五篇

## 其他狀況篇

# 第廿四課　擦車、方向

▶情境介紹：簡易洗車對話

BAÌI 24  LAU XE ,PHỆẾNG HỆẾNG

## 會話

### 雇主

| | |
|---|---|
| 中　文: | 請幫我洗車 |
| 漢語拼音: | Qǐng bang wǒ xǐ che |
| 越　文: | Rửa xe giúp tôi. |
| 越南發音: | 惹?些 - 求 / 對 - |

### 雇主

| | |
|---|---|
| 中　文: | 要洗乾淨 |
| 漢語拼音: | Yào xǐ gan jìng |
| 越　文: | Phải rửa sạch |
| 越南發音: | 海?惹?煞. |

### 雇主

| | |
|---|---|
| 中　文: | 看見我的車鑰匙嗎？ |
| 漢語拼音: | Kàn jiàn wǒ de che yào shí ma ? |
| 越　文: | Có thấy chìa khoá xe của tôi đâu không ? |
| 越南發音: | 隔 / 鐵 / 價_ 華 / 些 - 果?對 - 到 - 空 - |

### 雇主

| | |
|---|---|
| 中　文: | 在那邊 |
| 漢語拼音: | Zài nà biàn |
| 越　文: | ở bên kia |

越南發音: 爾?邊 - 機 -

**雇主**

中　　文: 幫我拿來
漢語拼音: Bang wǒ ná lái
越　　文: Mang qua đây giúp tôi
越南發音: 芒 - 刮 - 呆 - 求 / 堆 -

**女傭**

中　　文: 好
漢語拼音: Hǎo
越　　文: Vâng
越南發音: 焚 -

# 單字、片語

| 中　　文: 擦車 | 中　　文: 鑰匙 |
|---|---|
| 漢語拼音: Ca che | 漢語拼音: Yào shí |
| 越　　文: Lau xe | 越　　文: Chìa khoá |
| 越南發音: 撈 - 些 - | 越南發音: 價 _ 華 / |

| 中　　文: 車 | 中　　文: 車鑰匙 |
|---|---|
| 漢語拼音: Che | 漢語拼音: Che yào shí |
| 越　　文: Xe | 越　　文: Chìa khoá xe |
| 越南發音: 些 - | 越南發音: 價 _ 華 / 些 - |

| 中　文: | 車門 | 中　文: | 上面 |
|---|---|---|---|
| 漢語拼音: | Che mén | 漢語拼音: | Shàng miàn |
| 越　文: | Cửa xe | 越　文: | Phía trên |
| 越南發音: | 葛?些 - | 越南發音: | 罰 / 間 - |

| 中　文: | 開車門 | 中　文: | 在上面 |
|---|---|---|---|
| 漢語拼音: | Kai che mén | 漢語拼音: | Zài shàng miàn |
| 越　文: | Mở cửa xe | 越　文: | ở phía trên |
| 越南發音: | 抹?葛?些 - | 越南發音: | 兒?罰 / 間 - |

| 中　文: | 關車門 | 中　文: | 下面 |
|---|---|---|---|
| 漢語拼音: | Guan che mén | 漢語拼音: | Xìa miàn |
| 越　文: | Đóng cửa xe | 越　文: | Phía d-ới |
| 越南發音: | 冬 / 葛?些 - | 越南發音: | 罰 / 追 / |

| 中　文: | 洗車 | 中　文: | 在下面 |
|---|---|---|---|
| 漢語拼音: | Xỉ che | 漢語拼音: | Zài xìa miàn |
| 越　文: | Rửa xe | 越　文: | ở phía d-ới |
| 越南發音: | 惹?些 - | 越南發音: | 兒?罰 / 追 / |

| 中　文: | 洗車劑 | 中　文: | 前面 |
|---|---|---|---|
| 漢語拼音: | Xỉ che jì | 漢語拼音: | Qián miàn |
| 越　文: | Nủựực rửa xe | 越　文: | Phía tr-ớc |
| 越南發音: | 潔 / 跌?惹?些 - | 越南發音: | 罰 / 衝 / |

| 中　文: | 洗乾淨 | 中　文: | 後面 |
|---|---|---|---|
| 漢語拼音: | Xỉ gan jìng | 漢語拼音: | Hòu miàn |
| 越　文: | Rửa sạch | 越　文: | Phía sau |
| 越南發音: | 惹?煞. | 越南發音: | 罰 / 稍 - |

中　　文：　左邊
漢語拼音：　Zǔo bian
越　　文：　Bên trái
越南發音：　邊 - 宅 /

中　　文：　這邊
漢語拼音：　Zhè bian
越　　文：　Bên này
越南發音：　邊 - 耐 _

中　　文：　右邊
漢語拼音：　Yòu bian
越　　文：　Bên phải
越南發音：　邊 - 海?

中　　文：　那邊
漢語拼音：　Nà bian
越　　文：　Bên kia
越南發音：　邊 - 嘎 -

中　　文：　中間
漢語拼音：　Zhong jian
越　　文：　Chính giữa
越南發音：　僅 / 揪 ~

中　　文：　桌子上
漢語拼音：　Zhụo zị shàng
越　　文：　Trên bàn
越南發音：　間 - 伴 _

中　　文：　哪裡
漢語拼音：　Nǎ lǐ
越　　文：　ẹaõu
越南發音：　兜 -

中　　文：　椅子下
漢語拼音：　Yǐ zị xìa
越　　文：　D-ới ghế
越南發音：　鄒 / 給 /

中　　文：　這裡
漢語拼音：　Zhè lǐ
越　　文：　Đây
越南發音：　得 -

中　　文：　旁邊
漢語拼音：　Páng bian
越　　文：　Bên cạnh
越南發音：　邊 - 間.

中　　文：　那裡
漢語拼音：　Nà lǐ
越　　文：　Kia
越南發音：　嘎 -

# 第廿五課　寄信

▶ 情境介紹：外傭想要寄信回家的會話

BÀI 25　　GỬI TH-

## 會話

### 女傭

| 中　　文: | 太太，請問您有紙嗎？ |
|---|---|
| 漢語拼音: | Tài tai, qǐng wèn nín yǒu zhǐ ma ? |
| 越　　文: | Th-a bà, bà có giấy không ? |
| 越南發音: | 特 - 八_，八_隔/崖/空- |

### 雇主

| 中　　文: | 妳要紙來作什麼？ |
|---|---|
| 漢語拼音: | Nǐ yào zhǐ lái zuò shén me ? |
| 越　　文: | Chị lấy giấy làm gì ? |
| 越南發音: | 機.來/崖/爛_記_ |

### 女傭

| 中　　文: | 我想寫封信回家。 |
|---|---|
| 漢語拼音: | Wǒ xiǎng xie feng xìn húi jia . |
| 越　　文: | Tôi muốn viết th- về nhà . |
| 越南發音: | 對 - 蒙/微/忒 - 回_那_ |

### 雇主

| 中　　文: | 還缺什麼嗎？ |
|---|---|
| 漢語拼音: | Hái que shén me ma ? |
| 越　　文: | Còn thiếu gì nữa không ? |

越南發音: 共_秋/記_挪~空-

**女傭**

中　　文： 信封，郵票，筆，我都沒有。
漢語拼音： Xìn feng, yóu piào , bǐ , wǒ dou méi yǒu .
越　　文： Phong bì, tem , bút , tôi đều không có.
越南發音: 方-逼_，嘆-，不/，對-丟_空-隔/

**雇主**

中　　文： 等一會兒，我會給妳。
漢語拼音： Děng yì hùi er, wǒ hùi gěi nǐ
越　　文： Đợi một lát , tôi đi lấy cho chị.
越南發音: 得.摸.拉/，對-低-來/州-機.

**女傭**

中　　文： 太太，我想寄信回家。
漢語拼音： Tài tai, wǒ xiǎng jì xìn húi jia.
越　　文： Th-a bà, tôi muốn gửi th- về nhà.
越南發音: 特-八_，對-蒙/舉?忒-回_那_

**女傭**

中　　文： 但我不會寫這裡的地址，您幫我寫好嗎？
漢語拼音： Dàn wǒ bù hùi xǐe zhè lǐ de dì zhǐ, nín bang wǒ xǐe hǎo ma ?
越　　文： Nh-ng tôi không biết viết địa chỉ ở đây, bà viết giúp tôi
　　　　　 đ-ợc chứ ?

越南發音: 弄 - 對 - 空 - 別 / 微 / 碟.幾?兒?得 - ，八＿微 / 求 / 對 -
得.竹 /

**雇主**

| | | |
|---|---|---|
| 中　　文: | 可以，這是中文地址，這是英文地址。 |
| 漢語拼音: | Kẻ yỉ , zhè shì zhong wén dì zhỉ, zhè shì ying wén dì zhỉ. |
| 越　　文: | Đ-ợc , đây là địa chỉ tiếng Hoa, đây là địa chỉ tiếng Anh. |
| 越南發音: | 得.，得 - 拉＿碟.幾?停 / 花 - ，得 - 拉＿碟.幾?停 / 安 - |

**雇主**

| | |
|---|---|
| 中　　文: | 寫中文或英文都可以收到的。 |
| 漢語拼音: | Xỉe zhong wén hùo ying wén dou kẻ yỉ shou dòu de. |
| 越　　文: | Viết tiếng Hoa hay tiếng Anh cũng đều nhận đ-ợc. |
| 越南發音: | 微 / 停 / 華 - 嗨 - 停 / 安 - 拱～丟＿男.得. |

# 單字、片語

| 中　　文: | 寄信 | 中　　文: | 信封 |
|---|---|---|---|
| 漢語拼音: | Jì xìn | 漢語拼音: | Xìn feng |
| 越　　文: | Gửi th- | 越　　文: | Phong bì |
| 越南發音: | 舉?忒 - | 越南發音: | 方 - 逼＿ |

| 中　　文: | 信紙 | 中　　文: | 郵票 |
|---|---|---|---|
| 漢語拼音: | Xìn zhỉ | 漢語拼音: | Yóu piào |
| 越　　文: | Giấy viết th- | 越　　文: | Tem |
| 越南發音: | 崖 / 微 / 忒 - | 越南發音: | 嘆 - |

## 第廿六課 電話

▶ 情境介紹：外傭接聽及打電話的會話

BÀI 26 ĐIỆN THOẠI

# 會話                          A: 外傭接聽電話

### 女傭

| 中　　文: | 喂，請問，您找誰？ |
|---|---|
| 漢語拼音: | Wéi , qǐng wèn , nín zhǎo shúi ? |
| 越　　文: | A lô, xin hỏi ông cần gặp ai ? |
| 越南發音: | 啊 - 樓 - ，新 - 海?翁 - 互 _ 嘎.哎 - |

### 客人

| 中　　文: | 喂，請問，陳先生在家嗎？ |
|---|---|
| 漢語拼音: | Wéi , qǐng wèn , Chén xian sheng zài jia ma ? |
| 越　　文: | A lô, xin hỏi ông Trần ở nhà không ? |
| 越南發音: | 啊 - 樓 - ，新 - 海?翁 - 陣 _ 兒?那 _ 空 - |

### 女傭

| 中　　文: | 請問，您貴姓大名？ |
|---|---|
| 漢語拼音: | Qǐng wèn, nín gùi xìng dà míng ? |
| 越　　文: | Xin hỏi, quý danh của ông là gì ? |
| 越南發音: | 新 - 海?，貴 / 顛 - 果?翁 - 辣 _ 記 _ |

### 客人

| 中　　文: | 我姓李。 |
|---|---|
| 漢語拼音: | Wǒ xìng Lǐ. |
| 越　　文: | Tôi họ Lý. |

| | |
|---|---|
| 越南發音: | 對 - 呵.厘 / |

**雇主**

| | |
|---|---|
| 中　　文: | 請等一下。 |
| 漢語拼音: | Qǐng děng yí xià. |
| 越　　文: | Xin vui lòng đợi một chút. |
| 越南發音: | 新 - 微 - 攏 _ 奪.摸.竹 / |

**女傭**

| | |
|---|---|
| 中　　文: | 先生，您的電話，有位李先生打來的。 |
| 漢語拼音: | Xian sheng, nín de diàn hùa, yǒu wèi lǐ xian sheng dǎ lái de. |
| 越　　文: | Th-a ông , ông có điện thoại, có ông lý gọi đến ạ. |
| 越南發音: | 特 - 翁 - ，翁 - 隔 / 電.團. ，隔 / 翁 - 離 / 狗.顛 / 啊. |

# 會話　　　　　　　　　　B: 外傭接聽電話

**女傭**

| | |
|---|---|
| 中　　文: | 喂，您好，請問您找哪一位？ |
| 漢語拼音: | Wéi, nín hǎo , qǐng wèn nín zhǎo nǎ yí wèi ? |
| 越　　文: | A lô, chào ông, xin hỏi cần gặp ai ạ ? |
| 越南發音: | 啊 - 樓 - ，腳 _ 翁 - ，新 - 海?互 _ 嘎.哎 - 啊. |

**客人**

| | |
|---|---|
| 中　　文: | 請問陳先生在不在家？ |
| 漢語拼音: | Qǐng wèn Chén xian sheng zài bú zài jia ? |
| 越　　文: | Xin hỏi , ông Trần ở nhà không ? |
| 越南發音: | 新 - 海?，翁 - 陣 _ 兒?那 _ 空 - |

---

**女傭**

中　文：　對不起，陳先生現在不在家。

漢語拼音：　Dùi bù qǐ, Chén xian sheng xiàn zài bú zài jia.

越　文：　Xin lỗi, bây giờ ông Trần không ở nhà.

越南發音：　新 - 羅~，杯 - 者_翁 - 陣_空 - 兒?那_

**客人**

中　文：　那麼，陳太太在家嗎？

漢語拼音：　Nà me, Chén tài tai zài jia ma？

越　文：　Vậy thì, bà Trần ở nhà không？

越南發音：　歪.替_，八_陣_兒?那_空 -

**女傭**

中　文：　陳太太也還沒回來，請問您貴姓大名？

漢語拼音：　Chén tài tai yě hái méi húi lái, qǐng wèn nín gùi xìng dà

míng？

越　文：　Bà Trần vẫn ch-a về, xin hỏi qúy danh của ông là gì？

越南發音：　八_陣_仍~遮 - 回_，新 - 海?貴/單 - 果?翁 - 辣_記_

**客人**

中　文：　我姓蔡。

漢語拼音：　Wǒ xìng Cài.

越　文：　Tôi họ Thái.

越南發音：　對 - 呵.才/

**女傭**

| | |
|---|---|
| 中　　文: | 蔡先生，您好，請留您的電話好嗎？ |
| 漢語拼音: | Cài xian sheng , nín hǎo , qǐng liú nín de diàn hùa hǎo ma ? |
| 越　　文: | Chào ông Thái, xin hãy để lại số điện thoại có đ-ợc không ? |
| 越南發音: | 較＿翁-才/，新-嗨~，跌?來.熟/電.團.隔/得.空. |

**客人**

| | |
|---|---|
| 中　　文: | 好的，我的電話號碼是 88886666。 |
| 漢語拼音: | Hǎo de, wǒ de diàn hùa hào mǎ shì 88886666. |
| 越　　文: | Đ-ợc thôi, số điện thoại của tôi là 88886666. |
| 越南發音: | 得.拖-，熟/電.團.果?對-辣＿毯/毯/毯/毯/毯/ㄅ/ㄅ/ ㄅ/ㄅ/ |

**女傭**

| | |
|---|---|
| 中　　文: | 好的，我會告訴陳先生。 |
| 漢語拼音: | Hǎo de, wǒ hùi gào sù Chen xian sheng. |
| 越　　文: | Vâng, tôi sẽ báo cho ông Trần. |
| 越南發音: | 問-，對-睞~薄/州-翁-陣＿ |

**客人**

| | |
|---|---|
| 中　　文: | 謝謝妳，妳是誰啊？ |
| 漢語拼音: | Xìe xie nǐ , nǐ shì shúi a ? |
| 越　　文: | Cám ơn chị , chị là ai đấy ? |
| 越南發音: | 甘/恩-機.，機.辣＿哎-呆/ |

**女傭**

| | |
|---|---|
| 中　　文: | 我在陳先生家當女傭。 |

| | |
|---|---|
| 漢語拼音： | Wǒ zài Chén xian sheng jia dang nǚ yong. |
| 越　文： | Tôi làm giúp việc ở nhà ông Trân. |
| 越南發音： | 對 - 爛_ 求 / 威.兒? 那 _ 翁 - 陣 _ |

# 會話　　　　　　　　　　　　C: 外傭打電話

## 女傭

| | |
|---|---|
| 中　文： | 太太，借您的電話用，可以嗎？ |
| 漢語拼音： | Tài tai, jìe nín de diàn hùa yòng, kě yǐ ma? |
| 越　文： | Th-a bà, gọi nhờ điện thoại của bà đ-ợc không? |
| 越南發音： | 特 - 八_ ，狗.呵_ 電.團.果? 八 _的.空 - |

## 雇主

| | |
|---|---|
| 中　文： | 妳要打到哪裡？ |
| 漢語拼音： | Nǐ yào dǎ dào nǎ lǐ? |
| 越　文： | Chị muốn gọi đi đâu? |
| 越南發音： | 機.蒙 / 狗.低 - 兜 - |

## 女傭

| | |
|---|---|
| 中　文： | 我想打個電話回越南。 |
| 漢語拼音： | Wǒ xiǎng dǎ ge diàn hùa húi yùe nán. |
| 越　文： | Tôi muốn gọi điện thoại về Việt Nam. |
| 越南發音： | 對 - 蒙 / 狗.電.團.回 _ 為.男 - |

## 雇主

| | |
|---|---|
| 中　文： | 不可以。 |
| 漢語拼音： | Bù kě yǐ. |
| 越　文： | Không đ-ợc. |

越南發音: 空 - 得.

**女傭**

中　　文: 太太，我可以把妳家的電話給朋友嗎？
漢語拼音: Tài tai, wǒ kě yǐ bǎ nǐ jia de diàn hùa gěi péng yǒu ma ?
越　　文: Th-a bà, tôi có thể cho số điện ở đây cho bạn bè không ?
越南發音: 特 - 八 _ ，對 - 隔 / 鐵?州 - 熟 / 電.兒?得 - 州 - 伴.爸 _ 空 -

**雇主**

中　　文: 不可以，我家的電話不能隨便給他人。
漢語拼音: Bù kě yǐ, wǒ jia de diàn hùa bù néng súi biàn gěi ta rén.
越　　文: Không , điện thoại nhà tôi không đ-ợc tuỳ tiện cho ng-ời
　　　　　khác.
越南發音: 空 - ，電.團.那 _ 對 - 空 - 得.退 _ 天.州 - 內 _ 喀 /

# 單字、片語

中　　文: 打電話。
漢語拼音: Dǎ diàn hùa
越　　文: Gọi điện thoại
越南發音: 狗.店.團.

中　　文: 號碼
漢語拼音: Hào mǎ
越　　文: Số
越南發音: 熟 /

中　　文: 國際電話
漢語拼音: Gúo jì diàn hùa
越　　文: Điện thoại quốc tế
越南發音: 店.團.國 / 鐵 /

中　　文: 接通
漢語拼音: Jie tong
越　　文: Liên lạc
越南發音: 連 - 拉.

中　　文: 打到哪裡去？
漢語拼音: Dǎ dào nǎ lǐ qù ?
越　　文: Gọi đi đâu ?
越南發音: 狗.低 - 兜 -

中　　文: 一共
漢語拼音: Yí gòng
越　　文: Tổng cộng
越南發音: 通?公.

凱文維妮知識櫥窗報你知

**Q**：外籍女傭初次申請需備資料有那些？

**A**：雇主符合申請聘僱家庭外籍幫傭者，應依本辦法規定至當地公立就業服務機構辦理國內求才招募事宜，並取得公立就業服務機構所開具之求才證明書後，檢具下列表件，向勞委會職業訓練局提出申請：

（一）申請表（正本一份，影本一份）。

（二）申請人及點數照顧人共同戶口名簿影本一份。

（三）求才證明書正本。（自核發求才證明書之日起六十日內為有效期限）。

（四）聘僱國內勞工名冊正本。（對求職人應徵而未錄用者，應據實註明未錄用理由）。

（五）外國人生活管理計畫書正本。

（六）失效之招募許可函正本（招募許可函逾期，重新提出申請者需檢附）。

（七）審查費 $200 元整。

# 第廿七課　假日

▶ 情境介紹：關於假日出遊的簡易對話

BÀI 27　　NGÀY NGHỈ

## 會話

**雇主**

| | |
|---|---|
| 中　　文： | 明天是假日，我們在家，妳想出去玩嗎？ |
| 漢語拼音： | Míng tian shì jìa rì, wǒ mén zài jia, nǐ xiǎng chu qù wán ma ？ |
| 越　　文： | Ngày mai là ngày nghỉ, chúng tôi ở nhà, chị có muốn đi chơi không ? |
| 越南發音： | 奶_埋 - 辣_奶_您?，眾/對 - 兒?那_，機.隔/蒙/低 - 捉 - 空 - |

**女傭**

| | |
|---|---|
| 中　　文： | 我想出去買點東西。 |
| 漢語拼音： | Wǒ xiǎng chu qù mǎi diǎn dong xi. |
| 越　　文： | Tôi muốn đi mua một ít vật dụng. |
| 越南發音： | 對 - 蒙/低 - 抹 - 摸.一/娃.用. |

**雇主**

| | |
|---|---|
| 中　　文： | 妳有錢用嗎？ |
| 漢語拼音： | Nǐ yǒu qián yòng ma ？ |
| 越　　文： | Chị có tiền để tiêu không ? |
| 越南發音： | 機.隔/天_跌?丟 - 空 - |

**女傭**

中　　文：　沒有。
漢語拼音：　Méi yǒu.
越　　文：　Không có.
越南發音：　空 - 隔 /

**雇主**

中　　文：　這是妳的工資。
漢語拼音：　Zhè shì nǐ de gong zi.
越　　文：　Đây là tiền l-ơng của chị.
越南發音：　得 - 辣 _ 天 _ 攏 - 果?機.

**雇主**

中　　文：　小心車。
漢語拼音：　Xiǎo xin chē.
越　　文：　Cẩn thận xe cộ.
越南發音：　互?吞.些 - 鉤.

**雇主**

中　　文：　早去早回。
漢語拼音：　Zǎo qù zǎo húi.
越　　文：　Đi sớm về sớm.
越南發音：　低 - 送 / 回 _ 送 /

**女傭**

中　　文：　我到下午五點才回來，可以嗎？
漢語拼音：　Wǒ dào xià wǔ wǔ diǎn cái húi lái, kẻ yǐ ma ?

越　　文：　Đến chiều 5 giờ tôi mới về có đ-ợc không ?
越南發音：　顛 / 九?男 - 者 _ 對 - 梅 / 回 _ 隔 / 得.空 -

**雇主**

中　　文：　怎麼去那麼久？
漢語拼音：　Zěn me qù nà me jiǔ ?
越　　文：　Sao đi lâu thế .
越南發音：　稍 - 低 - 撈 - 鐵 /

**女傭**

中　　文：　有朋友一起去，可能會玩久一點。
漢語拼音：　Yǒu péng yǒu yì qǐ qù. Kě néng hùi wán jiǔ yì diǎn .
越　　文：　Có bạn bè cùng đi. Có lẽ sẽ chơi lâu một chút.
越南發音：　隔 / 伴.爸 _ 共 _ 低 - ，隔 / 列 ~ 賒 ~ 捉 - 撈 - 摸.竹 /

**雇主**

中　　文：　可以，懂得回來嗎？
漢語拼音：　Kě yǐ, dǒng dé húi lái ma ?
越　　文：　Đ-ợc. Có biết đ-òng về không ?
越南發音：　得.，隔 / 別 / 懂 _ 回 _ 空 -

**雇主**

中　　文：　坐什麼車回來？
漢語拼音：　Zùo shén me che húi lái ?
越　　文：　**Ngồi xe gì về ?**
越南發音：　挪 _ 些 - 記 _ 回 _

---

**雇主**

| | |
|---|---|
| 中　　文： | 妳要坐公車還是計程車？ |
| 漢語拼音： | Nǐ yào zùo gong che hái shì jì chéng che？ |
| 越　　文： | Chị muốn ngồi xe buýt hay xe tắc xi？ |
| 越南發音： | 機.蒙 / 挪 _ 些 - 鼻 / 嗨 - 些 - 達 / 西 - |

**女傭**

| | |
|---|---|
| 中　　文： | 坐公車。 |
| 漢語拼音： | Zùo gong che. |
| 越　　文： | Ngồi xe buýt . |
| 越南發音： | 挪 _ 些 - 鼻 / |

**雇主**

| | |
|---|---|
| 中　　文： | 坐一路的公車回來。 |
| 漢語拼音： | Zùo yì lù de gong che húi lái. |
| 越　　文： | Ngồi tuyến xe số 1 về. |
| 越南發音： | 挪 _ 捐 / 些 - 熟 / 摸 - 回 _ |

**雇主**

| | |
|---|---|
| 中　　文： | 如果不會回來，打公共電話回家， |
| 漢語拼音： | Rú gǔo bù hùi húi lái, dǎ gong gòng diàn hùa húi jia, |
| 越　　文： | Nếu không biết đ-ờng về, gọi điện thoại công cộng về nhà, |
| 越南發音： | 牛 / 空 - 別 / 懂 _ 回 _ ，狗.電.團.公 - 公.回 _ 那 _ |

**雇主**

| | |
|---|---|
| 中　　文： | 我會去接妳。 |

| | |
|---|---|
| 漢語拼音: | Wǒ hùi qù jie nǐ. |
| 越　文: | Tôi sẽ đến đón chị. |
| 越南發音: | 對 - 睞 ~ 單 / 多 / 機. |

# 凱文維妮知識櫥窗報你知

**Q1**：申請外籍看護工的資格爲何？

A1：雇主申請家庭外籍看護工，應具有下列資格之一：

（一）雇主與受看護人之親等關係爲直系血親；三親等以內之旁系血親；或一親等內之姻親；或爲祖父母與孫媳婦、或祖父母與孫女婿之二等姻親。

（二）雇主爲外國人，與受看護人具有前項親等關係，且雇主與受看護人均依法經許可在華居留。

（三）雇主與受看護人無親屬關係，受看護人在華無親屬，且未居住於安養護機構或榮民之家。

（四）雇主本人在華無親屬，而以本人爲受看護人，且未居住於安養護機構或榮民之家。以本項資格申請者，雇主需事前委任一代理人，處理雇主因不可抗力因素無法履行就業服務法規範之外國人管理義務時，其後續外國人之聘僱與管理等相關事宜。

**Q2**：我如果覺得我的女傭不適任,可否隨時予以解約或轉換?

A2：依勞雇雙方所訂的契約,外傭在入境後四十天內爲試用期,在此期間,雇主可用任何理由終止該契約,並將女傭遣返原居地.但若女傭工作已超過四十天的試用期,而雇主欲終止此契約,則需提出具體,明確的不適用事實.否則女傭可提出求償之要求,亦要給付契約剩餘期限的工資.而無論何種理由或方式的解約,該女傭都要被遣返回原居地.

# 第廿八課 午休

▶情境介紹：僱主交代外傭午休注意事項

BÀI 28　NGHỈ TR-A

## 會話

**女傭**

| 中　文： | 太太，我可以有午休嗎？ |
|---|---|
| 漢語拼音： | Tài tai, wǒ kě yǐ yǒu wǔ xiu ma ? |
| 越　文： | Thưa bà, tôi có thể nghỉ trưa không ? |
| 越南發音： | 特 - 八 _ ，隔/您?遮 - 空 - |

**僱主**

| 中　文： | 有，中午一點到兩點，妳可以午休。 |
|---|---|
| 漢語拼音： | Yǒu , zhong wǔ yì diǎo dào liǎng diǎn, nǐ kě yǐ wǔ xiu. |
| 越　文： | Có, buổi trưa 1 đến 2 giờ , có thể ngủ trưa . |
| 越南發音： | 隔/，遮 - 莫，海 - 者 _ ，隔/鐵?窩?遮 - |

**僱主**

| 中　文： | 午休時，妳可以睡，也可以看電視，聽收音機，聽歌。 |
|---|---|
| 漢語拼音： | Wǔ xiu shí, nǐ kě yǐ shùi , yě kě yǐ kàn diàn shì, ting shou yin ji, ting ge. |
| 越　文： | Khi nghỉ tr-a, chị có thể ngủ, xem ti vi , nghe rađiô, nghe nhạc. |
| 越南發音： | 氣 - 您?遮 - ，機.隔/鐵?窩?，星 - 踢 - 微 - - ，捏 - 雜低歐，捏 - 吶. |

**僱主**

中　　文:　但是聲音別開太大。

漢語拼音:　Dàn shì sheng yin bíe kai tài dà.

越　　文:　Nh-ng đừng mở âm thanh lớn.

越南發音:　弄 - 綜 _ 抹?暗 - 貪 - 攏 /

### 雇主

中　　文:　電視不看了，要記得關。

漢語拼音:　Diàn shì bù kàn le, yào jì dé guan.

越　　文:　Ti vi không xem nữa , phải tất đi.

越南發音:　踢 - 微 - 空 - 星 - 呢 ~ ，海?達 / 低 -

# 單字、片語

| | |
|---|---|
| 中　　文: 午休 | 中　　文: 看電視 |
| 漢語拼音: Wǔ xiu | 漢語拼音: Kàn diàn shì |
| 越　　文: Nghỉ tr-a | 越　　文: Xem ti vi |
| 越南發音: 您?遮 - | 越南發音: 星 - 踢 - 微 - |
| 中　　文: 看 | 中　　文: 關電視 |
| 漢語拼音: Kàn | 漢語拼音: Guan diàn shì |
| 越　　文: Xem | 越　　文: Tất ti vi |
| 越南發音: 星 - | 越南發音: 達 / 踢 - 微 - |
| 中　　文: 電視 | 中　　文: 聽 |
| 漢語拼音: Diàn shì | 漢語拼音: Ting |
| 越　　文: Ti vi | 越　　文: Nghe |
| 越南發音: 踢 - 爲 - | 越南發音: 捏 - |

| | | | |
|---|---|---|---|
| 中　　文: | 收音機 | 中　　文: | 小聲一點 |
| 漢語拼音: | Shou yin ji | 漢語拼音: | Xiǎo sheng yì diǎn |
| 越　　文: | Rađiô | 越　　文: | Nhỏ tiếng một chút |
| 越南發音: | 雜低歐 | 越南發音: | 河?頂/摸.竹/ |
| 中　　文: | 聽歌 | 中　　文: | 大聲一點 |
| 漢語拼音: | Ting ge | 漢語拼音: | Dà sheng ỳi diǎn |
| 越　　文: | Nghe nhạc | 越　　文: | Lớn tiếng một chút |
| 越南發音: | 捏 - 吶. | 越南發音: | 攏/頂/摸.竹/ |
| 中　　文: | 唱歌 | 中　　文: | 小 |
| 漢語拼音: | Chàng ge | 漢語拼音: | Xiǎo |
| 越　　文: | Ca hất | 越　　文: | Nhỏ |
| 越南發音: | 喀 - 蛤/ | 越南發音: | 河? |
| 中　　文: | 聲音 | 中　　文: | 大 |
| 漢語拼音: | Sheng yin | 漢語拼音: | Dà |
| 越　　文: | Âm thanh | 越　　文: | Lớn |
| 越南發音: | 暗 _ 貪 - | 越南發音: | 攏/ |

# 第廿九課　天氣

▶ 情境介紹：雇主與外傭閒聊越南與台灣的天氣

BÀI 29　　　THỜI TIẾT

## 會話　　　　　　　　　　　　　　　　會話 A

**雇主**

| | |
|---|---|
| 中　　文： | 今天天氣怎麼樣？ |
| 漢語拼音： | Jin tian tian qì zěn me yàng ? |
| 越　　文： | Hôm nay thời tiết nh- thế nào ? |
| 越南發音： | 轟 - 奶 - 這＿鐵 / 牛 - 鐵 / 鬧＿ |

**女傭**

| | |
|---|---|
| 中　　文： | 今天天氣真冷。 |
| 漢語拼音： | Jin tian tian qì zhen lěng. |
| 越　　文： | Hôm nay thời tiết thật lạnh. |
| 越南發音： | 轟 - 奶 - 這＿鐵 / 搭.冷. |

**女傭**

| | |
|---|---|
| 中　　文： | 今天比昨天冷。 |
| 漢語拼音： | Jin tian bǐ zúo tian lěng. |
| 越　　文： | Hôm nay lạnh hơn hôm qua. |
| 越南發音： | 轟 - 奶 - 冷.哄 - 轟 - 刮 - |

**雇主**

| | |
|---|---|
| 中　　文： | 在這兒的天氣，妳習慣了嗎？ |
| 漢語拼音： | Zài zhè ér de tian qì , nǐ xí guàn le ma ? |
| 越　　文： | Thời tiết ở đây chị có quen không ? |

| 中　文： | 這_鐵/兒?得-機.隔/關-空- |
|---|---|

**女傭**

| 中　文： | 還不太習慣。 |
|---|---|
| 漢語拼音： | Hái bú tài xí guàn . |
| 越　文： | Vẫn ch-a quen lắm. |
| 越南發音： | 仍~遮-關-爛/ |

**雇主**

| 中　文： | 河內的夏天熱嗎？ |
|---|---|
| 漢語拼音： | Hé nèi de xìa tian rè ma ? |
| 越　文： | Mùa hè ở Hà nội có nóng không ? |
| 越南發音： | 莫_哈_兒?蛤_挪.隔/農/空- |

**女傭**

| 中　文： | 有點熱，大概三十四度。 |
|---|---|
| 漢語拼音： | yǒu diẻn rè, da gài san shí sì dù . |
| 越　文： | Có nóng lắm, khoảng 34 độ. |
| 越南發音： | 隔/農/攔/，狂?八-梅-本/兜. |

**雇主**

| 中　文： | 冬天怎麼樣？ |
|---|---|
| 漢語拼音： | Dong tian zẻn me yàng. |
| 越　文： | Mùa đông thì nh- thế nào ? |
| 越南發音： | 莫_冬-替_鐵/鬧_ |

---

**女傭**

| | |
|---|---|
| 中　　文: | 冬天很冷，有時候會下雨。 |
| 漢語拼音: | Dong tian hěn lěng, yǒu shí hòu hùi xìa yǔu. |
| 越　　文: | Mùa đông rất lạnh, thỉnh thoảng có m-a. |
| 越南發音: | 莫 _ 多 - 拉 / 冷.，嘆?倘?隔 / 摸 - |

**女傭**

| | |
|---|---|
| 中　　文: | 秋天的天氣，很涼快。 |
| 漢語拼音: | Qiu tian de tian qì, hěn liáng kuài. |
| 越　　文: | Thời tiết của mùa thu rất mát mẻ. |
| 越南發音: | 這 _ 鐵 / 果?莫 _ 禿 - 拉 / 罵 / 梅? |

**女傭**

| | |
|---|---|
| 中　　文: | 春天常常有季風。 |
| 漢語拼音: | Chun tian cháng cháng yǒu jì feng. |
| 越　　文: | Mùa xuân th-ờng có gió mùa. |
| 越南發音: | 莫 _ 深 - 窮 _ 隔 / 就 / 莫 _ |

---

# 會話                                             會話 B

**雇主**

| | |
|---|---|
| 中　　文: | 今天天氣怎麼樣？ |
| 漢語拼音: | Jin tian tian qì zěn me yàng？ |
| 越　　文: | Hôm nay thời tiết nh- thế nào？ |
| 越南發音: | 轟 - 奶 - 這 _ 鐵 / 牛 - 鐵 / 鬧 _ |

---

女傭

| 中　　文: | 今天晴天。 |
|---|---|
| 漢語拼音: | **Jin tian qíng tian.** |
| 越　　文: | **Hôm nay trời nắng.** |
| 越南發音: | **轟 - 奶 - 這 _ 攔 /** |

- - - - - - - - - - - - - - - - - - - - - - - - - - - - - -

女傭

| 中　　文: | 在這裡的天氣比越南冷。 |
|---|---|
| 漢語拼音: | **Zài zhè lǐ de tian qì bǐ Yùe Nán lěng.** |
| 越　　文: | **Thời tiết ở đây lạnh hơn ở Việt Nam.** |
| 越南發音: | 這 _ 鐵 / 兒?得 - 冷.哄 - 兒?微.男 - |

- - - - - - - - - - - - - - - - - - - - - - - - - - - - - -

雇主

| 中　　文: | 現在是什麼季節？ |
|---|---|
| 漢語拼音: | **Xiàn zài shì shén me jì jíe？** |
| 越　　文: | **Bây giờ là mùa gì？** |
| 越南發音: | 杯 - 者 _ 辣 _ 莫 _ 記 _ |

- - - - - - - - - - - - - - - - - - - - - - - - - - - - - -

女傭

| 中　　文: | 現在是冬天。 |
|---|---|
| 漢語拼音: | **Xiàn zài shì dong tian.** |
| 越　　文: | **Bây giờ là mùa đông .** |
| 越南發音: | 杯 - 者 _ 賴 _ 莫 _ 冬 - |

# 單字、片語

| | |
|---|---|
| 中　　文: 天氣 | 中　　文: 春天 |
| 漢語拼音: Tian qì | 漢語拼音: Chun tian |
| 越　　文: Thời tiết | 越　　文: Mùa xuân |
| 越南發音: 這 _ 鐵 / | 越南發音: 莫 _ 深 - |

| | |
|---|---|
| 中　　文: 比 | 中　　文: 夏天 |
| 漢語拼音: Bỉ | 漢語拼音: Xìa tian |
| 越　　文: Hơn | 越　　文: Mùa hè |
| 越南發音: 轟 - | 越南發音: 莫 _ 哈 _ |

| | |
|---|---|
| 中　　文: 這兒 | 中　　文: 秋天 |
| 漢語拼音: Zhè ér | 漢語拼音: Qiu tian |
| 越　　文: ở đây | 越　　文: Mùa thu |
| 越南發音: 兒?得 - | 越南發音: 莫 _ 禿 - |

| | |
|---|---|
| 中　　文: 習慣 | 中　　文: 冬天 |
| 漢語拼音: Xí guàn | 漢語拼音: Dong tian |
| 越　　文: Quen,thói quen | 越　　文: Mùa đông |
| 越南發音: 拖 / 關 - | 越南發音: 莫 _ 冬 - |

| | |
|---|---|
| 中　　文: 還 | 中　　文: 熱 |
| 漢語拼音: Hái | 漢語拼音: Rè |
| 越　　文: Vẫn | 越　　文: Nóng |
| 越南發音: 仍 ~ | 越南發音: 農 / |

| | |
|---|---|
| 中　　文: 冷 | 中　　文: 涼快 |
| 漢語拼音: Lêng | 漢語拼音: Liáng kuài |
| 越　　文: Lạnh | 越　　文: Mát mẻ |
| 越南發音: 冷. | 越南發音: 麻 / 咩? |

| | | | | |
|---|---|---|---|---|
| 中　文: | 度 | | 中　文: | 溫度 |
| 漢語拼音: | Dù | | 漢語拼音: | Wen dù |
| 越　文: | Độ | | 越　文: | Nhiệt độ |
| 越南發音: | 兜. | | 越南發音: | 捏.兜. |
| 中　文: | 大概 | | 中　文: | 暖和 |
| 漢語拼音: | Dà gài | | 漢語拼音: | Nuǎn huo |
| 越　文: | Khoảng | | 越　文: | ấm áp |
| 越南發音: | 狂? | | 越南發音: | 暗 / 啊 / |
| 中　文: | 下雨 | | 中　文: | 季節 |
| 漢語拼音: | Xià yǔ | | 漢語拼音: | Jì jíe |
| 越　文: | M-a | | 越　文: | Mùa |
| 越南發音: | 摸 - | | 越南發音: | 莫 _ |
| 中　文: | 有時候 | | 中　文: | 高 |
| 漢語拼音: | Yǒu shí hòu | | 漢語拼音: | Gao |
| 越　文: | Thỉnh thoảng | | 越　文: | Cao |
| 越南發音: | 嘆?倘? | | 越南發音: | 高 - |
| 中　文: | 刮風 | | 中　文: | 低 |
| 漢語拼音: | Gua feng | | 漢語拼音: | Di |
| 越　文: | Gió thổi | | 越　文: | Thấp |
| 越南發音: | 就 / 推? | | 越南發音: | 塌 / |
| 中　文: | 常常 | | 中　文: | 陰天 |
| 漢語拼音: | Cháng cháng | | 漢語拼音: | Yin tian |
| 越　文: | Th-ờng th-ờng | | 越　文: | Trời âm u |
| 越南發音: | 窮 _ 窮 _ | | 越南發音: | 這 _ 暗 - 屋 - |

附錄

appendix

# 越南成語

### 越南成語（一）；

得新忘舊

CÓ MỚI NỚI CŨ

Nói những kẻ bạc nghĩa phụ ơn

暗喻喜新厭舊的情人，有了新人就忘了舊人，忘恩背義的。

### 越南成語（二）；

食少多味

ĂN ÍT NGON NHIỀU

Ăn lấy mùi vị thì không chán, Thế nên ng-ời quân-tử chơii nhau đạm bạc, thì tình bạn sẽ d-ợc bền.

吃得少，味道就多，就如同君子之交淡如水，比喻做事作人都須留有餘地，不能全做滿滿的。

### 越南成語（三）；

食鹹渴水

ĂN MẶN KHÁT N-ỚC

Làm tội ác , thì sẽ mang họa .

比喻作惡犯罪的人，終會嚐到苦報。

### 越南成語（四）；

芹滾菜糜

CẦN TÁI CẢI RỬ

Chỉ ng-ời thừa hành lệnh trên, mà lại lạm dùng chức quyền .

煮芹菜水一滾就能吃了，而蔬菜則要煮到熟透。比喻做事要知道輕重，要知道難易。

## 越南成語（五）；

子債妻冤

CON NỢ VỢ OAN

Con là nợ , vợ là oan-gia .

子是債，妻是冤家。生養孩子如同在還債，而夫妻乃如同冤家。

## 越南成語（六）；

狗咬破衣

CHÓ CẮN ÁO RÁCH

Mất chó lắm khi kẻ nghèo , huống chi tả mất ng-ời thời nay.

狗眼看人低，欺咬窮人，指世態炎涼，實在可惡又可悲。

## 越南成語（七）；

蠢始變精

DẠI MỚI NÊM KHÔN

Có trải qua bài học kinh nghiệm , mới trở nên khôn hơn.

吃虧上當，經過教訓後，才能由愚蠢變成精明。

## 越南成語（八）；

行路詢老　回家問童

ĐI Đ-ỜNG HỎI GIÀ, VỀ NHÀ HỎI TRẺ.

Đi xa hỏi đ-ờng phải cậy ng-ời già kinh-nghiệm , Về nhà hỏi việc, nên tin kẻ nhỏ ngây thơ.

出門在外不認識路要問老人才知道，若是想要知道自己家中的事情，則要問孩童，才能得到真實的答案。

## 越南成語（九）；

水濁鶴肥

ĐỤC N-ỚC BÉO CÒ

Khi n-ớc đục cò dễ kiếm án, lúc thời loạn ph-ờng gian phi hay làm tiền.

比喻在亂世中盜賊騙子最容易年利。

## 越南成語（十）；

紙短情長

GIẤY NGẮN TÌNH DÀI

Tình -tình đăng-đẳng, dẫu dùng bút cũng khó tả cho xiết .

表示情意深遠，書信文字語言都無法完全表達出來。

## 越南成語（十一）；

紙爛保邊

GIA Y RA CH GIỀ̂Ế LE

Sách kia tuy rách , song bìa nọ phải giữ lấy lề. Nhà tuy suy-sụp , nh-ng con cháu phải ở tròn gia-phong.

書雖爛仍須保其封面，人雖貧困也要保有其自尊。

## 越南成語（十二）；

貪字變貧

KẺ THAM THÌ THÂM

Chữ " tham " tựa nh- chữ "bần ".Thế nên hễ tham thì hay bị lừa gạt .

貪字與貧字相似，凡起貪念者易上當而破財成貧。

## 越南成語（十三）；

失先得後

MẤT TR-ỚC Đ-ỢC SAU

Mất lòng tr-ớc đ-ợc lòng sau; phàm việc ta đã giao-tr-ớc tuy mích lòng, song tránh khỏi sự cải-cọ về sau.    .

先小人，後君子，凡事先要訂明，以免以後起糾紛。

## 越南成語（十四）；

水傾芋葉

N-ỚC ĐỔ LÁ MÔN

Lời nói tha thiết , mà kẻ nghe lại thờ-ơ.

言者諄諄，聽者藐藐，馬耳東風，猶如水過鴨，一滴不沾。

## 越南成語（十五）；

胡馬嘶北風，越鳥巢南枝

NGỰA HỒ GIÓ BẮC , CHIM VIỆT CÀNH NAM

Nói loạc chim muông còn biết quyến luyến phọng thổ, huống chi là ng-ời ..

意思；動物都還會懷念故土，何況是人。

## 越南成語（十六）；

鬼弄看面

MA BẮT COI MẶT

Ma muốn bắt phải lựa ng-ời xấu số. L-u-manh muốn tiền cũng phải chọn ng-ời ngu-xuẩn .

鬼捉弄人也會選擇衰運者，歹徒做惡也要選擇愚鈍的人當犧牲者。

## 越南成語（十七）；

筍生竹殘

MĂNG MỌC TRE TÀN

Thế-hệ sau tiếp nối thế-hệ tr-ớc.

Cũng nh- luồng sóng sau chập —chờn luồng sóng tr-ớc.

意長江後浪推前浪，人世間兒孫將會取替成人。

## 越南成語（十八）；

費事失時

MẤT CÔNG MẤT VIỆC

Làm những việc hoại công uổng phí thì giờ.

意指枉做無用的事。

## 越南成語（十九）；

貓老化狡

MÈO GIÀ HÓA CÁO

Mèo già thì khôn nh- cáo, ng-ời lớn tuổi thì giàu kinh-nghiệm .

意人老精明，鬼老靈應，而貓老了也會像狐狸一樣狡猾。

## 越南成語（二十）；

過敬成怯

NỂ QUÁ HÓA SỢ

Cuộc xã giao vừa phải thì bơn, nếu quá nh-ờng nhịn thì trở nên khiếp nh-ợc .

意指禮須以相等對待，若太過於恭敬就會成為怯弱不成禮。

## 越南成語（廿一）；

蜜甘蠅死

NGỌT MẬT CHẾT RUỒI

Ruồi vì quá ham ăn mật ngọt mà phải sa chân.  Ng-ời vì quá nghe lời quyến-rủ, thế phải mắc lừa.

意思：蠅貪蜜甘甜而致死，指言語甘而禮厚者常多詐。

## 越南成語（廿二）；

人亡物在

NG-ỜI MẤT VẬT CÒN

Thấy món đồ đê lại sực ghi nhớ kẻ khuất mặt .

意思：睹故人的遺物，思之撫焉。

## 越南成語（廿三）；

屋漏遭雨

NHÀ DỘT GẶP M-A

Cảnh lao-đao lại gặp phải chuyện xui-xẻo.

形容人窮偏偏又遇到倒楣運。

## 越南成語（廿四）；

過橋抽板

QUA CẦU CẤT NHỊP

Chỉ kẻ vong ơn bội nghĩa.

意思：人的忘恩負義，過河拆橋，落井下石的。

## 越南成語（廿五）；

熟面貴貨

QUEN MẶT ĐẮT HÀNG

Vi quen nên bợ-ngợ không muốn nói giá thành thử lắm khi mua phải đắt hàng.

熟識者難講價錢，反而買貴了。

## 越南成語（廿六）；

出竄入躬

RA LUO N VAỎ CUI.

Vẻ tôi-tớ đối với chủ-gia.

意思形容奴顏的卑微動作。

## 越南成語（廿七）；

光如白日

SÁNG NH- BAN NGÀY

Chỉ việc rõ ràng dễ thấy , dễ hiểu.

意思指事情之顯而易見。

## 越南成語（廿八）；

財白眼黑

TIỀN TRẮNG MẮT ĐEN

Năng lực của tiền có thể quyến rủ đ-ợc lòng tham của con ng-ời.

意思：用金錢引誘，可使廉潔者變貪。

## 越南成語（廿九）；

謀老變嫩

TÍNH GIÀ RA NON

Việc đời quá dè-dặt , lắm khi hóa không hay.

意思形容過於審慎，有時反而不是最好的。

## 越南成語（三十）；

情真理假

TÌNH THẬT LÝ GIAN

172

Một việc làm theo ý-nghĩ mình cho là đáng , dè đâu đứng, về mặt luật thì sai.

意指昧於慈善做好事卻造成想不到的過失，雖然是好心好意，但卻是有虧於法理。

## 越南成語（卅一）；

貪食累身

THAM THỰC CỰC THÂN

Vi tham miếng ăn mà bị ng-ời lợi-dụng nên khổ đến thân.

意思為了貪吃一餐飯，受人利用，致苦上身。

## 越南成語（卅二）；

龍子仙孫

CON RỒNG CHÁU TIÊN

Thuỷ-tổ Hùng-V-ơng là con của nàng Thần-Long, cháu của nàng Vụ-Tiên.

河內越南民族始祖雄王，乃龍君之子；龍君之母名神龍，祖母名婆仙女。

### <<補充説明>>

河內市區北方有一條把堤防頂當成的公路，名叫歐姬街，就是越南人古老傳說故事中，身為海中龍王的雒龍君，娶了一個高山上仙人的美麗的歐姬公主。婚後他們生下了一百個兒子，成為了百越王國的由來。貉龍君是源於海上的龍王，而歐姬卻是源於高山裡的神仙，如此的結合神話對於越南人的思想有著深刻的影響，這就是種陰陽和諧的結果。傳說使越南民族相信自己是起源於不死的神仙與龍王的子孫，龍的圖騰象徵符號也流傳於越南的民間久久不衰。河內市區的巴亭廣場就有一條路叫做（雄王路）的。

參考書目

### SÁCH HỌC TIẾNG HOA
(Dùng cho lao động đi giúp việc gia đình tại Đài Loan)
(cục quản lý lao đông ngoài n-ớc)

### TÂN-BIÊN VIỆT-HOA TỪ-ĐIỂN
(Tổng phát hành : Nhà sách Thế-Giới )
(Tác giả : Lý-văn-Hùng )

### Điển Chủ Điểm Hán Việt Hiện Đại
(Nhà xuất bản tổng hợp TP. Hồ Chì Minh)
(Chủ biên : Tr-ơng Văn Giới )

### TÀI LIỆU HỌC TIẾNG HOA
(Dùng trong các khoá đào tạo và huấn luyện lao động giúp việc gia đình
và chăm sóc ng-ời bệnh ở Đài Loan)
(cục quản lý lao đông ngoài n-ớc)

## 越南文目錄　　MỤC LỤC

國家圖書館出版品預行編目資料

越南會話摩嗨巴
與越南女傭、監護工、新娘互動實用寶典
張隆裕◎編著
初版 - - 臺北市：汎亞人力，2005〔民94〕
面 ； 公分 - - (外籍勞工管理實務系列01)
參考書面 ： 面
ISBN 986-80845-1-2(平裝)
ISBN 986-80845-2-0(平裝附光碟片)
1.越南語言 -- 會話
803.7988 94009692

| 作　　　者 | 張隆裕◎編著 |
| --- | --- |
| 出　　　版 | 汎亞人力資源管理顧問有限公司 |
| 編　輯　群 | 阮氏愛、阮秋媛、黃韻儒、陳雅欣、林嘉惠 |
| 發　　　行 | 上報汎亞國際文化事業有限公司／Printed in Taiwan |
| 電　　　話 | (02)2701-1831 代表號 |
| 傳　　　真 | (02)2701-2004 |
| 發　行　人 | 蔡宗志 |
| 發行地址 | 台北市106大安區和平東路二段295號10樓 |
| 總　經　銷 | 凌域國際股份有限公司 |

2005 年 06 月初版

郵政劃撥:19851007　　　戶名:上報汎亞國際文化事業有限公司

書籍定價 $180 元

一書 3CD 特價 $340 元

(本書如有缺、破損、倒裝請寄回更換)